தொழில்

தொழில்நுட்ப அரிச்சுவடி

(இன்றைய தொழில்நுட்ப அடிப்படைகளைப்பற்றிய
எளிய அறிமுகக் கட்டுரைகள்)

என். சொக்கன்

ZDP
SPECIFICS

Title : Thozhilnutpa Arichuvadi
Author's Name : N Chokkan

Published by ZDP Specifics

ZDP Specifics
(An imprint of Zero Degree Publishing)
No. 55(7), R Block, 6th Avenue,
Anna Nagar,
Chennai - 600 040

Website: www.zerodegreepublishing.com
E Mail id: zerodegreepublishing@gmail.com
Phone: 89250 61999

ZDP Specifics First Edition : April 2025
ISBN : 978-93-48439-96-3
TITLE NO ZDPS :111

Rs. **90/-**

Layout : G.Selva kumar
Cover Design : Vijayan, Creative Studio
Printed at Rathna Offset, Chennai, India.

உள்ளே...

1. மேகக் கணிமை (Cloud Computing)

உங்கள் வீட்டில் மின்விளக்கு இருக்கிறதா?

இருக்கிறது. ஒன்று, இரண்டு இல்லை. பல வடிவங்களில் விதவிதமாக நான்கைந்து மின்விளக்குகள் இருக்கின்றன.

சரி. இவை அனைத்தையும் இயக்குவதற்கான மின்சாரத்தையும் நீங்களே தயாரிக்கிறீர்களா?

இல்லை. அதை அரசாங்கம் தயாரிக்கிறது. நாங்கள் எங்களுக்கு வேண்டிய அளவில் வாங்கிப் பயன்படுத்திக்கொள்கிறோம்.

ஆக, மின்விளக்கை நீங்கள் சொந்தமாக வாங்கிவைத்துள்ளீர்கள். ஏனெனில் அது வீட்டுக்குள்தான் இருக்கவேண்டும், உங்களுக்கு மட்டும்தான் பயன்படவேண்டும். அப்போதுதான் அதன் பலன் (ஒளி) உங்களுக்கு முழுமையாகக் கிடைக்கும்.

ஆனால், மின்சாரம் தயாரிக்கும் இயந்திரத்தை நீங்கள் சொந்தமாக வாங்கவில்லை. ஏனெனில், அதை வாங்குவதற்கு ஏகப்பட்ட செலவாகும். அவ்வளவு பணமோ இடமோ உங்களிடம் இல்லை. அத்துடன், அதை வாங்கினாலும் அவ்வளவு மின்சாரத்தை உங்களால் பயன்படுத்தமுடியாது. அதனால், அது பொதுவான ஓர் இடத்தில் தயாராகிறது. நீங்கள் உங்களுக்கு வேண்டியதை மட்டும் அங்கிருந்து வாங்கிக்கொள்கிறீர்கள்.

இப்போது, இந்தக் கதையைக் கணினிகளுக்குப் பொருத்திப் பார்ப்போம்.

முன்பெல்லாம் ஒவ்வொருவரும் தங்கள் வீட்டில், அலுவலகத்தில் ஓரிரு கணினிகளை வாங்கி வைத்துக்கொண்டு எல்லாத் தகவல்கள், கணக்குகள், மென்பொருட்கள், கோப்புகளையும் அதில் சேமித்துவைத்திருந்தார்கள். அங்கு ஏதாவது ஒரு பிரச்சனை வந்தால் மொத்தமும் போச்சு.

ஆனால் இன்று, வீடுகளில், அலுவலகங்களில் உள்ள கணினிகளில் மிகச் சில தகவல்கள்தான் சேமிக்கப்படுகின்றன. மீதமுள்ள அனைத்தும் பொதுவான ஓர் இடத்தில் இருக்கும் மேகக் கணினிகளிலிருந்து (Cloud Computers) வருகின்றன. அதாவது, நாம் தொட்டுப் பயன்படுத்தும் கணினி ஒரு சாளரம்தான், அது இணையத்தில் இருக்கும் இன்னும் பல கணினிகளுடன் பேசித்தான் நமக்குத் தேவையான தகவல்களைக் கொண்டுவருகிறது.

எடுத்துக்காட்டாக, ஒரு நிறுவனம் தன்னுடைய பணியாளர்கள் அனைவருக்கும் சம்பளம் கணக்கிடுகிறது என்றால், அந்தப் பணியாளர்களின் பெயர்கள், அவர்களுடைய வருகை விவரங்கள், சம்பளத் தகவல்கள் என அனைத்தும் அந்த நிறுவனத்தின் மேகக் கணினிகளில் இருக்கின்றன. அங்கு எல்லாம் கணக்கிடப்பட்டுச் சேமிக்கப்படுகிறது. பின்னர் அந்தத் தகவல் வங்கிக்கு அனுப்பப்பட்டு ஒவ்வொருவருக்கும் சம்பளம் சென்று சேர்கிறது. அதன்பிறகு, அவரவருடைய வரித்தொகை அரசாங்கத்துக்கு அனுப்பப்படுகிறது. இவை அனைத்தும் மேகக் கணினிகளில் நடக்கின்றன.

இது ஏதோ பெரிய நிறுவனங்களுக்கு மட்டும் சொந்தம் என்று நினைக்கவேண்டாம். நம்மைப்போன்ற பொதுமக்களுடைய மின்னஞ்சல்கள், புகைப்படங்கள், வீடியோக்கள், ரயில், பேருந்துச் சீட்டுகள், வங்கி விவரங்கள், காப்பீடு என்று எல்லாம் இப்போது மேகக் கணினிகளின்மூலம்தான் வருகின்றன. அதுதான் வசதி, அதுதான் எளிமை, அதுதான் சிக்கனம், அதுதான் பாதுகாப்பு, அதுதான் எதிர்காலம்.

மேகக் கணினி என்பது அடிப்படையில் இணையத்தில் இருக்கிற கணினிச் சேவைகளின் தொகுப்புதான். அவற்றை எந்தக் கணினியிலிருந்தும் தொடர்புகொண்டு பயன்படுத்திக்கொள்ளலாம்,

நாம் அரசாங்கத்தின் மின்சாரத் தயாரிப்பு அமைப்பிலிருந்து நமக்கு வேண்டிய மின்சாரத்தைப் பெற்றுக்கொள்வதுபோல. கடந்த பல ஆண்டுகளாக உலகின் பெரும்பான்மைக் கணக்கிடல் அமைப்புகள் மிக விரைவாக மேகக் கணினிகளுக்கு நகர்ந்துகொண்டிருக்கின்றன, மீதமுள்ளவையும் விரைவில் நகர்ந்துவிடும்.

இதனால், முன்பெல்லாம் சில பெரிய நிறுவனங்களுக்கு மட்டும் கிடைத்துக்கொண்டிருந்த அபாரமான தொழில்நுட்ப வளங்கள் இப்போது எல்லாருக்கும் கிடைக்கின்றன. அவ்விதத்தில் பல புதுமையான யோசனைகளுடன் புதிய நிறுவனங்கள் உருவாவதற்கும் வளர்வதற்கும் மேகக் கணினிகள் மிகவும் உதவியாக இருக்கின்றன.

அனைத்தையும் மேகக் கணினிகளுக்குக் கொண்டுசெல்வது அத்தனை எளிதில்லை. குறிப்பாக, பழைய அமைப்புகளில் உள்ள தகவல்களையெல்லாம் புதிய வடிவத்துக்கு மாற்றிச் சிக்கலில்லாமல் தொடர்ந்து பயன்படுத்துவது மிகப் பெரிய பணி. அதைத்தான் தொழில்நுட்ப உலகம் இப்போது மும்முரமாகச் செய்துகொண்டிருக்கிறது. இனி உருவாகும் புதிய மென்பொருள்கள், சேவைகள் அனைத்தும் மேகக் கணினியைத்தான் தங்களுடைய தொடக்கக் களமாகக் கொண்டு செயல்படும். அதனால், எல்லாரும் அந்தக் கோணத்தில் சிந்திக்கத் தொடங்குவது தொலைநோக்கில் நல்லது.

★★★

2. பெருந்தரவுகள் (Big Data)

சென்ற மாதம் 8ம் தேதி நீங்கள் மதிய உணவுக்கு என்ன சாப்பிட்டீர்கள்?

இந்தக் கேள்விக்கு நீங்கள் துல்லியமாகப் பதிலளிக்கிறீர்கள் என்றால், ஒன்று, உங்களுக்குப் பிரமாதமான நினைவாற்றல் இருக்கவேண்டும். அல்லது, ஒவ்வொரு நாளும் ஒவ்வொரு வேளையும் நீங்கள் சாப்பிட்ட அனைத்து உணவுப்பொருட்களையும் குறித்துவைத்துக்கொள்கிற பழக்கம் உங்களுக்கு இருக்கவேண்டும். அப்போதுதான் உங்கள் மூளையிலிருந்தோ, கணினியிலிருந்தோ, செல்பேசியிலிருந்தோ, குறிப்பேட்டிலிருந்தோ சட்டென்று அந்த நாளை எடுத்துப் பார்த்து மதிய உணவு என்ன என்பதைக் கண்டுபிடிக்க இயலும்.

இதைத்தான் தொழில்நுட்ப உலகில் தரவுத்தளம் (Database) என்கிறார்கள். அதாவது, வெவ்வேறு தனிப்பட்ட, தொழில் சார்ந்த தகவல்களைத் தொடர்ச்சியாக ஒரு குறிப்பிட்ட கட்டமைப்பில் குறித்துக்கொண்டுவருவது, பின்னர் தேவையானபோது அவற்றை எடுத்துப் பயன்படுத்துவது.

இன்னொருபக்கம், கட்டமைப்பு ஏதுமற்ற தகவல்களும் நம்மைச் சுற்றிக் கிடைக்கின்றன. எடுத்துக்காட்டாக, நீங்கள் மாலை நேரத்தில் தெருவில் அரை மணிநேரம் நடந்து திரும்புகிறீர்கள்

என்றால் அடுத்தடுத்து பலப்பல காட்சிகளைப் பார்ப்பீர்கள். அவற்றுக்கிடையில் எந்தத் தொடர்பும் இருக்காது. ஆனால், அனைத்தையும் உங்கள் மூளை குறித்துவைத்துக்கொள்ளும்.

இப்படிக் கட்டமைப்பான, கட்டமைப்பற்ற தகவல்களைக் குறித்துவைத்துக்கொண்டு தேவையான நேரத்தில் தேடிப் பயன்படுத்தும் கலையைக் கணினிகளும் மென்பொருள்களும் நெடுநாட்களாகச் செய்துகொண்டிருக்கின்றன. அதன் அடுத்த நிலைதான் Big Data எனப்படும் பெருந்தரவுகள்.

இந்தப் பெயரைக் கேட்டவுடன் நமக்குள் ஒரு பிரம்மாண்டமான மாளிகை தோன்றுகிறது. அதற்குள் பலப்பல அறைகள். அவை ஒவ்வொன்றிலும் பலப்பல அலமாரிகள், அவற்றில் பலப்பல அடுக்குகள், அவற்றுக்குள் பலப்பல பெட்டிகள், பலப்பல தகவல்கள். ஒன்றில் உற்பத்தித் தகவல்கள், இன்னொன்றில் வாடிக்கையாளர் சேவைத் தகவல்கள், இன்னொன்றின் இணையத்தில் பலரும் எழுதிவைத்திருக்கிற விமர்சனங்கள், இன்னொன்றில் அரசாங்கத்தின் விதிமுறைகள், இன்னொன்றில் வெளிநாட்டு நாணயப் பரிமாற்ற விவரங்கள்... இவையெல்லாம் ஒன்றுக்கொன்று தொடர்பில்லாதவையாகத் தோன்றினாலும், இவை அனைத்தையும் சரியான அளவில் கூட்டிக் கழித்துப் பார்த்தால் பலவிதமான நுண்ணறிவுகளைப் பெறலாம். அதுதான் Big Data தொழில்நுட்பத்தின் வேலை.

எடுத்துக்காட்டாக, ஒரு நிறுவனம் பல்வேறு தொழிற்சாலைகளை வைத்திருக்கிறது, அதில் பல இயந்திரங்கள் உள்ளன. அவற்றில் ஏதாவது ஒரு பழுது ஏற்பட்டால் சட்டென்று அதைச் சரிசெய்யவேண்டும். இல்லாவிட்டால், உற்பத்தி பாதிக்கப்படும், வருவாய் குறையும். இந்நிலையில், பெருந்தரவுகள் தொழில்நுட்பத்தைப் பயன்படுத்தி எந்த இயந்திரத்தில் பழுது வரக்கூடும் என்று அவர்களால் ஊகிக்கமுடிந்தால் எப்படி இருக்கும்!

அதாவது, அடுத்த வாரம் இந்த இயந்திரம் பழுதாகக்கூடும், அதிலும் குறிப்பாக அதில் இந்த உதிரிப்பொருள் உடைந்துவிடும் என்று கணிக்கமுடிந்தால், அந்த நிறுவனம் சட்டென்று அந்த இயந்திரத்தைக் கவனித்து, அந்த உதிரிப்பொருளை

மாற்றிவிடுவார்கள். அதனால், அடுத்த வாரம் வரக்கூடிய உற்பத்திப் பாதிப்பைத் தடுத்து நிறுத்திவிடலாம்.

இப்படி எண்ணற்ற தகவல்களைப் பெருந்தரவுகளைக் கொண்டு நம்மால் கண்டறிய இயலும். அதற்கு நாம் ஏராளமான தகவல்களைத் திரட்டவேண்டும், அவற்றை ஒழுங்குபடுத்திச் சேமிக்கவேண்டும், பின்னர் ஆராய்ந்து நுண்ணறிவுகளைப் பெறவேண்டும்.

இதன்மூலம் பொதுமக்களான நமக்கும் பலன்கள் உண்டு. எடுத்துக்காட்டாக, நகராட்சி அலுவலர்கள் ஊர்முழுவதும் பெறப்பட்ட சாலைத் தரவுகளைத் திரட்டி ஆராய்வதன்மூலம் அங்குள்ள போக்குவரத்தை ஒழுங்குபடுத்தலாம். அதன்மூலம் நாம் ஓரிடத்திலிருந்து இன்னோரிடத்துக்கு விரைவாகச் சென்றுசேரலாம்.

பெருந்தரவுகளின்மூலம் பெரும்பயன்கள் உண்டு என்றாலும், இதில் பெருந்தொல்லைகளும் வரக்கூடும். இதற்கெனத் திரட்டப்படும் தரவுகள் பாதுகாப்பானமுறையில் சேமிக்கப்படவேண்டும், அவை தவறான நபர்களிடம் சிக்கிவிடக்கூடாது, மக்களுடைய தனியுரிமையைப் பாதிக்கும்விதமான ஆராய்ச்சிகள் நடைபெறக்கூடாது. இதற்கெல்லாம் அரசாங்கங்கள் முறையான விதிமுறைகளை உருவாக்கி வழிநடத்தவேண்டும். அப்போதுதான் நமக்கு இதன் பலன்களும் கிடைக்கும், எதிர்மறை விளைவுகளும் குறையும்.

★★★

3. உண்மையுடன் கைகோக்கும் தொழில்நுட்பம் (Augmented Reality, Virtual Reality)

ஒரு பழைய திரைப்படத்தைப் பார்த்துக்கொண்டிருந்தேன். அதில் ஒருவர் வெளியூரில் இருக்கும் தன்னுடைய மனைவிக்குக் கடிதம் எழுதுகிறார். அந்தக் கடிதம் மனைவியின் கைக்குச் செல்கிறது. அவர் ஆவலுடன் அந்தக் கடிதத்தைப் பிரித்துப் படிக்கத் தொடங்குகிறார்.

மறுகணம், அவருடைய கையில் இருக்கும் தாளின் நடுவில் அந்தக் கணவருடைய முகம் தோன்றுகிறது. தான் எழுதிய கடிதத்தை அவரே படித்துக் காண்பிக்கிறார்.

உண்மையில் அந்தக் கணவர் அந்த இடத்தில் இல்லை. அவர் எழுதிய கடிதம்மட்டும்தான் இருக்கிறது. அதை அந்த மனைவிதான் படிக்கவேண்டும். ஆனால், திரைப்பட இயக்குநர் தன்னுடைய கலைச் சுதந்தரத்தைப் பயன்படுத்திக்கொண்டு, கணவரே தோன்றி அந்தக் கடிதத்தைப் படிப்பதுபோல் அதைக் காட்சிப்படுத்துகிறார், அதன்மூலம் ஒரு சுவையான காட்சியை உருவாக்குகிறார்.

முன்பெல்லாம் இதுபோன்ற காட்சிகள் திரைப்படத்தில்மட்டும்தான் வரும். ஆனால் இப்போது, AR (Augmented Reality, மிகுவித்த மெய்ந்நிலை) என்ற தொழில்நுட்பத்தின் உதவியோடு உண்மை உலகிலும் இப்படிப்பட்ட காட்சிகளை உருவாக்கலாம்.

எடுத்துக்காட்டாக, நீங்கள் ஒரு கடை வாசலில் நிற்கிறீர்கள், உள்ளே நுழையலாமா, வேண்டாமா என்று யோசிக்கிறீர்கள். அப்போது, சட்டென்று அங்கு ஓர் இளைஞர் தோன்றுகிறார், அந்தக் கடையில் கிடைக்கும் சிறப்பான பொருட்கள், தள்ளுபடிச் சலுகைகளைப்பற்றியெல்லாம் விவரிக்கிறார். இங்கு கடையும் அதன் வாசலும் மெய்யானவை (Reality). ஆனால், அங்கு தோன்றிய இளைஞர் தொழில்நுட்பத்தின்மூலம் மிகுவிக்கப்பட்டவர் (Augmented). அதனால்தான் இதை Augmented Reality என்கிறோம். மெய்யான சூழல்களில் தொழில்நுட்பத்தைக் கொண்டு கூடுதல் அனுபவங்களை உருவாக்கும் தொழில்நுட்பம் இது.

ARக்கு மேலும் சில எடுத்துக்காட்டுகள்: ஓரிடத்திலிருந்து இன்னோர் இடத்துக்குச் செல்வதற்கு டிஜிட்டல் அம்புக் குறிகள், சின்னங்களின்மூலம் வழிகாட்டுதல், ஓர் உணவுப் பொருளைப் படமெடுக்கும்போது அதில் என்னென்ன ஊட்டச்சத்துகள் உள்ளன என்பதைத் திரையிட்டுக் காண்பித்தல், வெவ்வேறு மூக்குக்கண்ணாடிகள் நம் முகத்தில் எப்படி இருக்கும் என்று கற்பனையாக அணிவித்துப் பார்த்தல்.

மேலுள்ள எடுத்துக்காட்டுகள் அனைத்தும் ஒரு மெய்யான சூழலில் கூடுதல் தகவல்களைச் சேர்த்துச் செழுமையாக்குகின்றன. அப்படியில்லாமல், அந்தச் சூழலையே கற்பனையாக உருவாக்கினால்? அல்லது, வேறோர் இடத்தில், வேறொரு காலகட்டத்தில் இருந்த சூழலை இங்கு கொண்டுவந்தால்?

எடுத்துக்காட்டாக, நீங்கள் சென்னையில் அமர்ந்திருக்கிறீர்கள், 'அடுத்த வாரம் நாம ஊட்டிக்குப் போகப்போறோம்' என்று ஒருவர் சொல்கிறார். மறுகணம் உங்கள் மனக் குதிரை விர்ரென்று ஊட்டியை நோக்கிப் பறக்கிறது. அங்கு குளுகுளுவென்ற சூழலில் மலைப் பாதையில் நடப்பதுபோல் கற்பனை செய்கிறீர்கள்.

இங்கு ஊட்டி என்பது மெய்தான். ஆனால், அது இப்போது இங்கு இல்லை. வேறு எங்கோ இருக்கிறது. அந்தச் சூழலை நீங்கள் உருவாக்கிக்கொள்கிறீர்கள். இதைச் செய்கிற ஒரு தொழில்நுட்பமும் இருக்கிறது. அதன் பெயர், VR (Virtual Reality, தோற்ற மெய்ந்நிலை). அதாவது, மெய்யான சூழலைப்போன்ற ஒரு தோற்றத்தை உருவாக்குவது.

*VR*க்குச் சில எடுத்துக்காட்டுகள்: கணினி விளையாட்டுகள், இயந்திரங்களைப் பயன்படுத்தப் பயிற்சி எடுத்தல், குறிப்பிட்ட வரலாற்றுச் சூழல்களை உருவாக்கிக் கல்வி பயிற்றுவித்தல், தொலைவில் இருக்கும் இடங்களுக்குக் கற்பனையாகச் சுற்றுலா சென்றுவருதல், வீட்டில் இருந்தபடி கடையில் பொருட்களைப் பார்வையிட்டு வாங்குகிற அனுபவத்தை உருவாக்குதல்.

இதுவரை நாம் உண்மை உலகைத் தனியாகவும், டிஜிட்டல் உலகைத் திரைகளிலும் பார்த்துக்கொண்டிருந்தோம். இந்த இரண்டையும் ஒருங்கிணைக்க AR, VR போன்ற தொழில்நுட்பங்கள் உதவுகின்றன. வருங்காலத்தில் உண்மைக்கும் கற்பனைக்கும் இடையிலான வேறுபாடு மேலும் குறைந்துவிடும். மனித மனம் இதைக் கண்டு மயங்குமா, அல்லது, ஆறாம் அறிவைப் பயன்படுத்தி, இவற்றை வேறுபடுத்திப் புரிந்துகொண்டு, இன்னும் நன்றாகப் பயன்படுத்திக்கொள்ளுமா என்பதுதான் சுவையான கேள்வி.

★★★

4. இயந்திரக் கற்றல் (Machine Learning)

ஒரு கல்லூரியில் ஆண்டுதோறும் ஆயிரக்கணக்கான மாணவர்கள் சேர்ந்து பயில்கிறார்கள். இவர்கள் எல்லாரும் ஒரேமாதிரியான திறமையுடன் இருப்பதில்லை. சிலருக்குச் சிறு கோடு போட்டால் போதும், மற்றதைத் தாங்களே படித்துக்கொள்வார்கள். வேறு சிலருக்கு ஓரளவு வழிகாட்டுதல் தேவை. இன்னும் சிலருக்கு ஒருமுறைக்குப் பத்துமுறை சொல்லிக்கொடுத்தால்தான் புரியும்.

அதனால், அந்தக் கல்லூரியில் இருக்கும் ஆசிரியர்கள் தங்களிடம் பயில்கிற மாணவர்களைக் கூர்ந்து கவனித்து யாருக்கு எவ்விதமான பயிற்சி தேவை என்று தீர்மானிப்பார்கள், அதற்கேற்பத் தங்களுடைய நேரத்தைப் பிரித்துச் சொல்லித்தருவார்கள், அதன்மூலம் எல்லா மாணவர்களும் நல்ல மதிப்பெண்களுடன் தேர்ச்சி பெற உதவுவார்கள்.

ஆனால், எல்லா ஆசிரியர்களுக்கும் இப்படிப் பகுத்துப் பார்க்கும் திறமை இருக்கும் என்று சொல்வதற்கில்லை. ஒருவேளை, இல்லாவிட்டால்? அல்லது, அவர்கள் தவறு செய்துவிட்டால்? நிறைய உதவி தேவைப்படும் மாணவருடைய நிலைமை என்ன ஆகும்?

சில ஆண்டுகளுக்குமுன், ஐவி டெக் என்ற கல்லூரி இதைப் பற்றிச் சிந்தித்திருக்கிறது, தன் மாணவர்களில் கூடுதல்

உதவி தேவைப்படுகிறவர்களை முன்கூட்டியே அடையாளம் கண்டு உதவுவதற்கு இயந்திரக் கற்றல் (Machine Learning) என்ற தொழில்நுட்பத்தைப் பயன்படுத்தியிருக்கிறது. இதன்மூலம், வகுப்புகள் தொடங்கி இரண்டு வாரங்களுக்குள் எந்தெந்த மாணவர்கள் அந்த அரையாண்டில் தோல்வியடையக்கூடும் என்பதை 60லிருந்து 70% துல்லியமாகக் கண்டுபிடித்துவிட்டார்களாம். அதன்பிறகு, அந்த மாணவர்களுக்குச் சிறப்புக் கவனம் கொடுக்கப்பட்டு அவர்களுடைய கல்வித்திறன் மேம்படுத்தியிருக்கிறார்கள்.

எந்த மாணவர்களுக்குக் கூடுதல் கவனம் தேவை என்பதை இந்தக் கல்லூரி எப்படி கண்டறிந்திருக்கும் என்று சிந்தித்தால், மாணவர்களைப் பற்றிய தனிப்பட்ட தகவல்கள், அவர்கள் வகுப்பில் பங்கேற்கும் விதம், அவர்கள் எழுதும் வீட்டுப்பாடங்களின் தரம், தொடக்கத் தேர்வுகளில் அவர்கள் எழுதியுள்ள பதில்கள், பெற்றுள்ள மதிப்பெண்கள், இன்னும் பல விவரங்களைத் தொழில்நுட்பத்தின் உதவியுடன் அலசி ஆராய்ந்திருப்பார்கள், இவற்றை முந்தைய ஆண்டுகளில் படித்த மாணவர்களுடைய தன்மைகள், அவர்கள் எந்த அளவு வெற்றியடைந்தார்கள் என்பதுடன் ஒப்பிட்டு, அதன் அடிப்படையில் உதவி தேவைப்படும் மாணவர்களைக் கண்டறிந்திருப்பார்கள்.

இயந்திரக் கற்றல் என்பது, ஒரு கணினி அமைப்பு தன்னிடம் தரப்படுகிற தகவல்களைத் தானே அலசி, ஆராய்ந்து கற்றுக்கொள்வதையும் அதன் அடிப்படையில் தீர்மானங்கள் எடுப்பதையும் குறிக்கிறது. நம்மைச் சுற்றி இதற்குப் பல எடுத்துக்காட்டுகளைக் காணலாம்: SPAM எனப்படும் குப்பை மின்னஞ்சல்களைக் கண்டறிதல், ஒரு வாடிக்கையாளர் எந்தப் பொருளை வாங்கக்கூடும் என்று ஊகித்து அதை அவருக்குக் காண்பித்தல், தானியங்கி உரையாடல் (Chat) அமைப்புகள், மோசடியான நிதிப் பரிமாற்றங்களைக் கண்டறிதல், யாருக்குக் கடன் கொடுக்கலாம் என்று தீர்மானித்தல்.

இந்த எடுத்துக்காட்டுகள் அனைத்திலும் இயந்திரம் 100% சரியாகக் கற்றுக்கொண்டுவிடுமா, துல்லியமான தீர்மானங்களை எடுக்குமா என்றால், இல்லைதான். ஆனால், அது கற்றுக்கொள்வதை நிறுத்துவதே இல்லை என்பதை நாம் நினைவில் கொள்ளவேண்டும். அதாவது, நீ எடுத்த தீர்மானம் சரி என்றோ, தவறு

என்றோ நாம் அந்த இயந்திரத்துக்குச் சொன்னால், அந்தப் பின்னூட்டத்தைப் (Feedback) பயன்படுத்தி அது தன்னை மேலும் மேம்படுத்திக்கொள்ளும், அடுத்தமுறை இன்னும் துல்லியமாகத் தீர்மானமெடுக்கும்.

உலகின் முன்னணித் தொழில்நுட்ப நிறுவனங்கள் அனைத்தும் இப்போது இயந்திரக் கற்றலில் கவனம் செலுத்துகின்றன, அதற்கான கருவிகளை உருவாக்கி அளிக்கின்றன. இவற்றுக்கான செலவுகளும் ஆண்டுக்கு ஆண்டு குறைந்துகொண்டிருக்கின்றன. இதன்மூலம், தரவுகளும் *(Data)* தேவையும் உள்ள யார் வேண்டுமானாலும் இயந்திரக் கற்றலைப் பயன்படுத்தி மக்களுடைய வாழ்க்கையை மாற்றக்கூடிய, மேம்படுத்தக்கூடிய சூழ்நிலை உண்டாகியிருக்கிறது.

★★★

5. மின்வணிகம் (eCommerce)

சில ஆண்டுகளுக்குமுன்னால், மின்வணிகம் (eCommerce) என்றதும் எல்லாருக்கும் அமேசான், ஃப்ளிப்கார்ட் போன்ற பெரிய நிறுவனங்களின் பெயர்கள்தான் நினைவுக்கு வந்திருக்கும். ஆனால் இன்றைக்கு, நம்மைச் சுற்றி நூற்றுக்கணக்கான மின்வணிகக் கடைகள் இருக்கின்றன. சொல்லப்போனால், காய்கறி, பழங்கள், மளிகைப் பொருட்களில் தொடங்கிக் கணினி, கார், நகைகள் போன்ற விலை உயர்ந்த பொருட்கள்வரை எல்லாம் மின்வணிகத்தில் விற்கப்படுகின்றன, வாங்கப்படுகின்றன. ஒவ்வொன்றுக்கும் தனித்துவமான இணையக் கடைகள் வந்துவிட்டன.

இதன் பொருள், இன்றைக்கு நீங்கள் ஒரு பொருளைத் தயாரித்து விற்க விரும்புகிறீர்கள் என்றால், அதற்கு ஒரு கடையைத் தொடங்கி, அதற்கு வாடகை கொடுத்து, மின்சாரக் கட்டணம் செலுத்தி, அங்கு வேலை செய்வோருக்குச் சம்பளம் கொடுத்து, வாடிக்கையாளர்களை வரவேற்று, உங்கள் பொருட்களைப்பற்றி விளக்கிச் சொல்லி, விலை பேசி அவற்றை விற்கவேண்டிய தேவை இல்லை. இதனால் நீங்கள் ஒரு குறிப்பிட்ட புவியியல் பரப்புக்குள் சிக்கியிருக்கவேண்டியதும் இல்லை. சில கிளிக்குகளில் ஓர் இணையத் தள முகவரியை விலைக்கு வாங்கிக்கொள்ளலாம், மேலும் சில கிளிக்குகளில் அதில் ஒரு மின்கடையை நிறுவலாம், அடுத்த சில கிளிக்குகளில் உங்கள் பொருட்களை வலையில்

ஏற்றி, பணம் வாங்கும் ஏற்பாடுகளைச் செய்துகொண்டு, உங்கள் கடையை உலகுக்கு அறிமுகப்படுத்திவிடலாம், வணிகத்தைத் தொடங்கிவிடலாம்.

இப்படி நீங்கள் சொந்தக் குதிரையை ஓட்ட விரும்பாவிட்டாலும் பரவாயில்லை. ஏற்கெனவே உள்ள குதிரைகளிலும் ஏறிப் பயணம் செய்யலாம். எடுத்துக்காட்டாக, அமேசான் போன்ற புகழ்பெற்ற மின்வணிக நிறுவனங்கள் அனைத்தும் பொதுவான விற்பனையாளர்களை வரவேற்கின்றன. இதனால், நீங்கள் ஒன்று அல்லது அதற்கு மேற்பட்ட தளங்களில்கூடப் பங்கேற்கலாம், அவர்களிடம் ஏற்கெனவே உள்ள வாடிக்கையாளர் வட்டத்தைப் பயன்படுத்திக்கொள்ளலாம். ஒரே குறை, இதற்கு நீங்கள் அவர்களுக்கு ஒரு குறிப்பிட்ட சதவிகிதத் தொகையைக் கட்டணமாகச் செலுத்தவேண்டியிருக்கும். ஆனால், புதிதாக ஒரு மின்வணிகக் கடையை அமைப்பதில் இருக்கும் மற்ற பல சிரமங்களை அவர்கள் குறைக்கிறார்கள் என்பதாலும், பெரும் எண்ணிக்கையிலானவர்களின்முன் உங்கள் பொருட்களைக் கொண்டுசென்று விற்பனையைக் கூட்டுகிறார்கள் என்பதாலும், கூட்டிக்கழித்துப் பார்த்தால் இது உங்களுக்கு நன்மைதான்.

மின்வணிகத்தின் இன்னொரு முக்கியமான தேவை, பொருட்களை வாடிக்கையாளர்களுக்குக் கொண்டுசெல்வது. எடுத்துக்காட்டாக, நீங்கள் கன்னியாக்குமரியிலிருந்து ஒரு கடிகாரத்தை விற்கிறீர்கள் என்றால், அது காஷ்மீரில் இருக்கும் வாடிக்கையாளருடைய வீட்டுக்கு எப்படிச் சென்றுசேரும்? இதைத் தளவாடக் கையாளல் (Logistics Handling) என்கிறார்கள். பெரும்பாலான மின்வணிகத் தளங்கள் கூடுதல் கட்டணம் பெற்றுக்கொண்டு இதையும் செய்துகொடுத்துவிடுகின்றன.

பொருட்கள்மட்டுமில்லை, சேவைகளும் மின்வணிகத்தின்மூலம் வழங்கப்படுகின்றன. எடுத்துக்காட்டாக, நீங்கள் எங்காவது செல்ல விரும்பினால் ஊபர், ஓலா போன்ற செயலிகளில் சென்று ஆட்டோ அல்லது டாக்ஸியைப் பதிவுசெய்கிறீர்கள். அவர்கள் உங்களுக்குப் போக்குவரத்துச் சேவையை வழங்குகிறார்கள். இதுவும் உலக அளவில் மிக விரைவாகப் பரவிக்கொண்டிருக்கிறது.

இன்றைய மின்வணிகத்தின் மிகப் பெரிய சிக்கல், ஏராளமானோர் இதில் நுழைந்துவிட்டார்கள். அதனால், மற்றவர்களுக்கு நடுவில்

நீங்கள் தனித்துத் தெரிந்தால்தான் வாடிக்கையாளர்களை ஈர்க்கலாம். அதற்கு நீங்கள் தரமான பொருட்கள், சேவைகளைச் சரியான விலையில், விரைவாக வழங்கவேண்டும், விற்பனைக்குப்பிந்தைய சேவையையும் சிறப்பாகச் செய்யவேண்டும். இதை உணர்ந்து செயல்படுகிறவர்கள் மின்வணிகத் தொழில்நுட்பங்களை நன்கு பயன்படுத்திக்கொண்டு தங்களுடைய தொழிலைப் பலமடங்கு பெருக்கலாம், உலக அளவில் விரிவுபடுத்தி வெற்றியடையலாம்.

★★★

6. நலம் காக்கும் செயற்கை நுண்ணறிவு
(Artificial Intelligence)

மனோஜுக்குத் திடீரென்று தலைவலி, ஏதோ ஒரு தைலத்தைத் தடவிக்கொண்டு சிறிது நேரம் ஓய்வெடுத்தார். ஆனால், தலைவலி கொஞ்சமும் குறையவில்லை.

அதனால், அவர் தன்னுடைய செல்ஃபோனை எடுத்து ஒரு செயலியைத் திறந்தார், அங்கு ஒரு பொத்தானை அழுத்திப் பேசினார், தன்னுடைய சிக்கலை விரிவாக விளக்கினார்.

மறு விநாடி, அவருடைய குடும்ப மருத்துவரின் குரல் கேட்டது, 'மனோஜ், நீங்கள் சொல்வதை வைத்துப் பார்க்கும்போது இது ஒரு வழக்கமான தலைவலி என்றுதான் தோன்றுகிறது. செல்பேசி, கணினி, தொலைக்காட்சித் திரையைப் பார்க்காமல் இன்னும் கொஞ்சம் ஓய்வெடுங்கள். அப்போதும் வலி குறையாவிட்டால் நம் மருத்துவமனைக்கு நேரில் வாருங்கள்.'

இங்கு ரகசியம் என்னவென்றால், மனோஜின் குடும்ப மருத்துவர் இப்போது வேறு யாருக்கோ ஒரு பெரிய அறுவைச் சிகிச்சையைச் செய்துகொண்டிருக்கிறார். தன்னுடைய தலைவலியைப்பற்றி மனோஜ் பேசியதை அவர் கேட்கவுமில்லை, மேற்கண்ட அறிவுரையைச் சொல்லவுமில்லை. ஆனாலும் மனோஜுக்குத் தேவையான முதற்கட்ட மருத்துவக் குறிப்புகள் கிடைத்துவிட்டன.

இது செயற்கை நுண்ணறிவுத் (Artificial Intelligence) தொழில்நுட்பத்தின் மாயம்.

அதாவது, சற்றுமுன் மனோஜ் தன்னுடைய செல்பேசியில் பேசியபோது, மறுமுனையில் மருத்துவர் யாரும் இல்லை. ஒரு மென்பொருள் அவருடைய பேச்சைக் கேட்கிறது, அதை எழுத்தாக மாற்றுகிறது, அதிலிருந்து முதன்மையான சொற்களைப் பிரித்தெடுக்கிறது, அந்தச் சொற்களைத் தன்னுடைய மருத்துவத் தரவுத்தளத்தில் (Database) தேடுகிறது, இதற்குமுன் தன்னிடம் பேசிய நோயாளிகள் சொன்ன சிக்கல்கள், அதற்குத் தான் கொடுத்த பதில்கள், அதன் வெற்றி, தோல்வி ஆகியவற்றை ஆராய்கிறது, மனோஜின் தனிப்பட்ட மருத்துவக் குறிப்புகளையும் பார்க்கிறது, இதன் அடிப்படையில் அவருக்கு எப்படி உதவலாம் என்று தீர்மானிக்கிறது, அதை மனோஜின் குடும்ப மருத்துவருடைய குரலில் ஒலியாக மாற்றி அவருக்குக் கொடுக்கிறது.

மேலுள்ள எதுவும் கதையில்லை. இன்றைய தொழில்நுட்பத்தில் இவை அனைத்தையும் செய்யலாம், அதற்குமேலும் செய்யலாம். உலகெங்கும் பல மருத்துவ அமைப்புகள் இதைச் செய்யத் தொடங்கிவிட்டன.

ஆனால், மருத்துவச் சிக்கல்களுக்குச் செயற்கை நுண்ணறிவை நம்பலாமா?

முழுமையாக நம்புவதற்கில்லை. ஆனால், அது ஒரு நல்ல தொடக்கத்தைக் கொடுக்கும். எடுத்துக்காட்டாக, மருத்துவர் ஒருவர் தன்னிடம் வரும் நோயாளியின் உடல்நலம்பற்றிய பல அறிக்கைகள், படங்களை ஆராய்ந்து அவருக்கு என்ன பிரச்சனை இருக்கக்கூடும் என்று தீர்மானிக்கிறார். இதற்கு அவருக்கு அரை மணிநேரம் ஆகிறது என்று வைத்துக்கொண்டால், செயற்கை நுண்ணறிவு மென்பொருள் அதே தகவல்களை அரை நிமிடத்தில் ஆராய்ந்து ஒரு பதிலைச் சொல்லிவிடும். அவர் அந்தப் பதிலை ஒரு தொடக்கமாக வைத்துக்கொண்டு, தன்னுடைய இயற்கை நுண்ணறிவைப் பயன்படுத்தி அந்த நோயாளியைக் குணப்படுத்தலாம். இதன்மூலம் அவர் மேலும் பலருக்கு உதவலாம்.

இதில் இன்னொரு சிறப்பு, செயற்கை நுண்ணறிவுத் தொழில்நுட்பம் விரைவாகக் கற்றுக்கொள்ளக்கூடியது. அதனால், ஒருவேளை அது

தவறு செய்தாலும், அதை ஒரு மனிதர் (அதாவது, தகுதியுள்ள மருத்துவர்) கண்டறிந்து திருத்திவிட்டால், அடுத்தமுறை அதே தவறு நடைபெறுவதற்கான வாய்ப்பு குறையும்.

மருத்துவத் துறையில் செயற்கை நுண்ணறிவின் பயன்பாட்டுக்கு மேலும் சில எடுத்துக்காட்டுகள்:

1. மருத்துவ ஆய்வுப் படங்களை (எக்ஸ்-கதிர்ப் படம், ஸ்கேன் படம் போன்றவை) ஆராய்தல்
2. தகவல்களின் அடிப்படையில் நோய்களை அல்லது நோய் வரக்கூடிய வாய்ப்புகளை முன்கூட்டியே அடையாளம் காணுதல்
3. நோயாளிகளின் மருத்துவ வரலாறு, பண்புகள், பழக்கங்கள் போன்றவற்றைக் கொண்டு அவர்களுக்கு ஏற்ற தனித்துவமான மருத்துவச் சிகிச்சையை வடிவமைத்தல்
4. புதிய மருந்துகளை உருவாக்குதல்
5. உடலில் அணியக்கூடிய கருவிகளைக் கொண்டு நோயாளிகளைக் கண்காணித்தல், தேவையான உதவிக் குறிப்புகளை வழங்குதல்

★★★

7. இயந்திரங்கள் மனிதர்களுடைய வேலைகளையெல்லாம் பறித்துக்கொண்டுவிடுமா?

ஓட்டுநர் இல்லாமல் தானாக ஓடும் கார்!

அரை நூற்றாண்டுக்கு முன்னால் இது வெறும் கற்பனை, அல்லது, சுவையான அறிவியல் புனைகதை. ஆனால் இன்றைக்கு, தொழில்நுட்பம் இதைக் கிட்டத்தட்ட நெருங்கிவிட்டது. உலகின் முன்னணி நிறுவனங்கள் பலவும் ஓட்டுநர் இல்லாத காரை உருவாக்க முனைந்துகொண்டிருக்கிறார்கள், அதில் பெரிய அளவு முன்னேற்றத்தைக் கண்டுள்ளார்கள். விரைவில் நம் தெருக்களிலும் கார்கள் தானாக விரைந்தோடும் என்கிறார்கள் வல்லுநர்கள்.

கார் எப்படித் தானாக ஓடும் என்கிற கேள்வியைச் சற்று மறந்துவிடுங்கள். இப்போது நாம் பேசப்போகும் கேள்வி சற்று வேறுவிதமானது: அப்படிக் கார் தானாக ஓடத் தொடங்கினால், இதுவரை கார் ஓட்டுநர்களாக இருந்தவர்களுடைய நிலைமை என்ன ஆகும்? அவர்கள் வேலையை இழந்து வீட்டுக்குப் போகவேண்டியதுதானா?

இந்தக் கேள்வி கார்களுக்குமட்டுமானது இல்லை. ஒருகாலத்தில் தொழிற்சாலைகளில் மனிதர்கள் செய்துகொண்டிருந்த பல வேலைகளை இப்போது ரோபோக்கள் (இயந்திர மனிதர்கள்) செய்யத் தொடங்கிவிட்டன. முன்பெல்லாம் தொலைபேசியில் ஒரு

நிறுவனத்தை அழைத்தால் யாராவது ஒரு மனிதர்தான் எடுத்துப் பேசுவார். ஆனால், இப்போது நிறுவனங்கள் அந்த வேலையை மென்பொருள்களிடம் ஒப்படைத்துவிட்டன. இதுபோன்ற மாற்றங்களை ஒவ்வொரு துறையிலும் பார்க்கமுடிகிறது.

இதை நிறுவனங்களின் கோணத்தில் பார்த்தால், மனிதர்களுடன் ஒப்பிடும்போது இயந்திரமோ மென்பொருளோ இருபத்து நான்கு மணிநேரமும் உழைக்கும், சொன்ன வேலையைக் கேட்கும், வம்பு, அரசியல் செய்யாது, பதவி உயர்வு கேட்காது, பக்கத்து நிறுவனத்தில் அதிகச் சம்பளம் தருகிறார்கள் என்று தாவிக் குதிக்காது... முக்கியமாக, மனிதர்களைவிடப் பலமடங்கு விரைவாகவும் துல்லியமாகவும் வலிமையுடனும் இவற்றால் செயல்படமுடியும். அதனால், குறைந்த முதலீட்டில் அதிக உழைப்பைப் பெற்று நிறுவனத்தின் வருவாயைப் பெருக்கலாம் என்று அவர்கள் நினைக்கிறார்கள்.

இதனால், கணினிகள், தொலைத்தொடர்பு, இணையம், இயந்திர மனிதர்கள், செயற்கை நுண்ணறிவு, இயந்திரக் கற்றல் சேவைகள் எல்லாம் சேர்ந்து, மனிதர்கள் செய்துகொண்டிருந்த பல வேலைகளை நாளைக்கு இயந்திரங்கள் செய்யத் தொடங்கிவிடும் என்கிறார்கள். அப்படியானால், அந்த உலகில் மனிதர்களுக்கு என்னதான் வேலை மீதியிருக்கும்?

இங்கு நாம் புரிந்துகொள்ளவேண்டிய முதன்மையான வேறுபாடு, முற்றிலும் ஒரேமாதிரியான, திரும்பத் திரும்பச் செய்யக்கூடிய வேலைகளைத்தான் இயந்திரங்கள் எடுத்துக்கொள்ளத் தொடங்கியிருக்கின்றன. இப்போதே நாம் அந்த வேலைகளை 'இயந்திரத்தனமானவை' என்றுதான் சொல்கிறோம். அதனால், அவை இயந்திரங்களிடம் செல்வதைப்பற்றி நாம் வியப்படையக்கூடாது.

இன்னொருபக்கம், படைப்பூக்கம் தேவைப்படுகிற பல வேலைகள் இருக்கின்றன. அவற்றை இயந்திரங்களால் செய்யமுடியாது. ஒருவேளை செய்தாலும், அவை எதார்த்தத் தேவைகளை மனிதர்களைப்போல் புரிந்துகொண்டு வேண்டிய மாற்றங்களைச் செய்யாது.

அதனால், மனிதர்கள் இயந்திரங்களைத் தங்களுடைய வேலையைப் பறிக்க வந்த எதிரிகளைப்போல் பார்க்காமல், தங்களுடைய வேலையின் இயந்திரத்தனமான பகுதிகளை நீக்கிவிட்டுப் படைப்பூக்கத்துடன் சிந்திப்பதற்கு நேரத்தைப் பெற்றுக்கொடுக்கும் தோழர்களாகப் பார்க்கலாம். அதாவது, இந்தப் புதிய இயந்திரங்களை, மென்பொருட்களை நம் தோழர்களாக்கிக்கொள்ளவேண்டும், அவற்றைப் பயன்படுத்தப் பழகவேண்டும்.

எடுத்துக்காட்டாக, ஒருவருக்குக் கடன் தரலாமா, கூடாதா என்று தீர்மானிக்கிற வங்கி அலுவலர் ஒருவர் இருக்கிறார். அவர் அந்த நபருடைய தகவல்களை அலசி ஆராய்ந்து, அவரைப்பற்றிய முழுமையான தகவல்களைப் புரிந்துகொண்டு, அவரைப்போன்ற பிறர் வங்கிக் கடனை ஒழுங்காகத் திருப்பிக் கட்டினார்களா என்று ஆவணங்களைப் பார்த்துப் புரிந்துகொள்வதற்கு ஓரிரு நாட்களாகலாம். ஆனால், இதற்கென வடிவமைக்கப்பட்ட மென்பொருள் ஒன்று இவற்றை அரை நொடியில் செய்து அவருக்குக் கொடுத்துவிடும். அவர் இந்தக் குறிப்புகளைப் பார்த்துத் தன்னுடைய தீர்மானத்தை விரைவாக எடுக்கலாம். இதன்மூலம் அவர் தன் வேலையை இன்னும் சிறப்பாகச் செய்யலாம்.

சுருக்கமாகச் சொன்னால், நாளைய உலகில் மேலும் மேலும் வேலைகள் இயந்திரங்களிடம் செல்லும். ஆனால், அதன்மூலம் மனிதர்களுடைய வேலைகள் பறிபோய்விடாது, அவை மாற்றத்துக்குள்ளாகும், அவ்வளவுதான். இந்த இயந்திரங்களை நன்கு பயன்படுத்திக்கொள்கிற மனிதர்கள் விரைந்து முன்னேறுவார்கள்.

★★★

8. முப்பரிமாண அச்சிடல் (3D Printing)

கணினியில் ஒரு கவிதை எழுதுகிறீர்கள், அதை மீண்டும் படித்துப் பார்த்துச் சில மாற்றங்களைச் செய்கிறீர்கள், கவிதை நன்றாக வந்திருக்கிறது என்று மன நிறைவு ஏற்பட்டதும், அங்கு ஒரு பொத்தானை அழுத்துகிறீர்கள். மறுகணம், அருகிலுள்ள கருவியில் அந்தக் கவிதை அச்சிடப்பட்டு வெளிவருகிறது.

இப்படிக் கவிதை எழுதி அச்சிடுவதுபோல், ஒரு பேனாவையோ காலணியையோ அச்சிடமுடிந்தால் எப்படி இருக்கும்!

அதாவது, பொருட்கள் தொழிற்சாலையில் யாராலோ தயாரிக்கப்பட்டுக் கடைகளின் வழியாக நமக்கு வந்துசேர்வதற்குப் பதிலாக, நாமே கணினியில் ஒரு பொருளை வடிவமைத்து, வேண்டிய மாற்றங்களைச் செய்து, பின்னர் அதை அச்சிட்டு எடுத்துக்கொள்வது. 3D அச்சிடல் (3D Printing) தொழில்நுட்பம் இதற்கு வழிசெய்கிறது.

இன்றைக்குப் பெரும்பாலான அலுவலகங்களிலும் பல வீடுகளிலும் உள்ள அச்சு இயந்திரங்கள் தாளில் இரு பரிமாணத்தில் (2D அல்லது Two Dimensional) அச்சிடுகின்றன. இதோடு இன்னொரு பரிமாணத்தைச் சேர்த்து முப்பரிமாணத்தில் (3D) அச்சிடுவதன்மூலம் நாம் தொட்டுணரக்கூடிய பொருட்களை அச்சிட்டுக்கொள்ளலாம்.

இதற்கு நாம் 3D அச்சு இயந்திரத்தையும் அதில் பயன்படுத்தக்கூடிய சிறப்பு ‘மை’களையும் வாங்கவேண்டியிருக்கும்.

முப்பரிமாண அச்சின் மிகப் பெரிய நன்மை, பொருட்களை நாம் வேண்டிய விதத்தில் வடிவமைத்துக்கொள்ளலாம். சிறிய, பெரிய மாற்றங்களைச் செய்து நமக்கே நமக்கென்று ஒரு பிரதியோ பல பிரதிகளோ அச்சிட்டுக்கொள்ளலாம்.

எடுத்துக்காட்டாக, உங்களுடைய நண்பர் ஒருவர் வயலின் இசைக் கலைஞர். அவருடைய பிறந்தநாளுக்கு நீங்கள் வயலின் வடிவத்தில் ஒரு மோதிரம் பரிசளிக்கவேண்டும் என்றால், கடைக்கோ இணையத்துக்கோ சென்று அப்படி ஒரு மோதிரம் இருக்கிறதா என்று தேடவேண்டியதில்லை. விருப்பம்போல் நீங்களே அதை வடிவமைக்கலாம், அந்த வயலின் உங்கள் நண்பர் பயன்படுத்தும் வயலினைப்போல் தோன்றும்படி நுணுக்கமான மாற்றங்களைச் செய்து அவரை வியப்பில் ஆழ்த்தலாம்.

பொதுவாகப் பொருட்கள் பெரும் எண்ணிக்கையில் தயாரிக்கப்பட்டால்தான் அவற்றின் விலை குறையும். அதனால், நிறுவனங்கள் தங்களுக்குப் பிடித்த, அல்லது, மக்களுக்குப் பிடித்தவையாகத் தாங்கள் நினைக்கிற பொருட்களைத் தயாரித்துச் சந்தையில் இறக்குகின்றன. மக்கள் அவற்றில் ஏதேனும் ஒன்றைத் தேர்ந்தெடுக்கவேண்டியிருக்கிறது. அந்தப் பழக்கத்தை முப்பரிமாண அச்சு முற்றிலும் மாற்றியமைத்துவிடும்.

இதில் இன்னும் பல நன்மைகளும் உள்ளன. எடுத்துக்காட்டாக, செயற்கைக் கை, கால் போன்றவற்றை ஒருவருடைய குறிப்பிட்ட தேவைகளுக்கேற்ப வடிவமைத்துத் தயாரித்தல், இயந்திரங்களுக்குத் தேவையான உதிரி பாகங்களை உருவாக்குதல், கட்டடங்கள், பெரிய கருவிகள் போன்றவற்றைச் செய்வதற்குமுன்னால் பலவிதமான மாதிரிகளை உருவாக்கி, வாடிக்கையாளர்களுடைய கருத்துகளைப் பெற்றுக்கொண்டு அவற்றை மேம்படுத்துதல் என்று பலவிதங்களில் முப்பரிமாண அச்சு பயன்படுகிறது.

புதிய பொருட்களை வடிவமைப்பதுடன், ஏற்கெனவே உள்ள பொருட்களைப்போன்ற மாதிரிகளைத் தயாரிக்கவும் முப்பரிமாண அச்சுத் தொழில்நுட்பம் பயன்படுகிறது. எடுத்துக்காட்டாக, உங்கள் அலுவலகத்தில் உள்ள ஒரு சிலை உங்களுக்கு மிகவும்

பிடித்திருக்கிறது என்றால், அதைப் பல கோணங்களிலிருந்து படம் பிடிப்பதன்மூலம் அதேபோன்ற ஒரு வடிவமைப்பைக் கணினியில் உருவாக்கி, பின்னர் அதை வேண்டிய பொருளில் அச்சிட்டுக்கொள்ளலாம்.

முப்பரிமாண அச்சின்மூலம் நமக்கு வேண்டிய எண்ணிக்கையில் மட்டும் பொருட்கள் தயாரிக்கப்படுவதால், வீணான குப்பைகள் குறையும் என்கிறார்கள். ஆனால், இந்தத் தொழில்நுட்பத்தின்மூலம் உருவாகக்கூடிய குப்பைகள் எப்படி நீக்கப்படும், அது உலகில் எப்படிப்பட்ட தாக்கத்தை உண்டாக்கும் என்பதையும் கருத்தில் கொள்ளவேண்டும். தொலைநோக்கில் பார்க்கும்போது, வளங்குன்றாத் (Sustainable) தொழில்நுட்பம்தான் எல்லாருக்கும் நல்லது.

முன்பு ஆராய்ச்சியாளர்களுடைய கருவியாக இருந்த முப்பரிமாண அச்சு இயந்திரங்கள் இப்போது வீடுகளுக்குள்ளும் நுழையத் தொடங்கிவிட்டன. Desktop 3D Printer எனப்படுகிற சிறு முப்பரிமாண அச்சு இயந்திரங்களைப் பயன்படுத்தி அன்றாடப் பயன்பாட்டுக்குரிய பல பொருட்களை அச்சிட்டுக்கொள்ளும் வசதி வந்துவிட்டது. இந்தப் பின்னணியில் பார்க்கும்போது, நாளைய உலகில் நமக்கு ஒரு கரண்டியோ பொம்மையோ தேவைப்பட்டால் சட்டென்று கடைக்குச் செல்வோமா, அல்லது, ஒரு கிளிக்கில் அதை அச்சிட்டு எடுத்துக்கொள்வோமா என்பது சுவையான கேள்வி!

★★★

9. பொருட்களின் இணையம் (Internet of Things)

"brb" என்றால் என்ன என்று தெரியுமா?

தெரியாது என்றால், நீங்கள் மிகவும் இளைஞர் என்று பொருள், இணையத்தின் தொடக்கக் காலம் உங்களுக்கு அறிமுகமில்லை என்று பொருள்.

அன்றைய இணையம் கணினிகளில்மட்டும்தான் கிடைத்தது. அந்தக் கணினிகள் மிகப் பெரிய அளவில் இருந்தன. அவற்றை ஒரு மேசைமீது வைக்கவேண்டும், தொலைபேசிக் கம்பிகளுடன் இணைக்கவேண்டும். அதன்பிறகு, ஒரு சிறப்பு மென்பொருளைத் திறந்து அதன்மூலம் இணையத்துடன் இணையவேண்டும். இவ்வளவையும் செய்தபின்னர்தான் உங்களுக்கு மின்னஞ்சலோ மின் அரட்டையோ இணையதளங்களோ கிடைக்கும்.

அப்படி மேசைக் கணினிகளில் இணையம் வழியாக அரட்டை அடித்துக்கொண்டிருப்பவர்களுக்குத் திடீரென்று தாகம் எடுத்தால், அல்லது, கழிப்பறைக்குச் செல்லவேண்டியிருந்தால், "brb", அதாவது, "be right back" என்று சொல்லிவிட்டுச் செல்வார்கள். அதாவது, brb என்றால் "இதோ வந்துட்டேன்" என்று பொருள்.

அன்றைக்கு brb என்ற சுருக்க அறிவிப்பு தேவைப்பட்டது. ஆனால், இன்றைக்கு அதற்கு எந்தப் பொருளும் இல்லை. ஏனெனில், முன்புபோல் இணையமானது மேசைமீதுள்ள கணினியில்மட்டும்

இருப்பதில்லை. அதனால், "இதோ வந்துட்டேன்" என்று சொல்லிவிட்டு நாம் எங்கும் செல்லமுடியாது. ஏனெனில், இணையம் எங்கும் கிடைக்கிறது, எதிலும் கிடைக்கிறது.

எடுத்துக்காட்டாக, நம் வீட்டில் இருக்கும் அறிவார்ந்த தொலைக்காட்சிகள் (Smart Televisions) நேரடியாக இணையத்தில் இணைந்து நமக்கு வேண்டிய நிகழ்ச்சிகளைத் தரவிறக்கிக் காண்பிக்கவல்லவை. நம் கையில் அணியக்கூடிய Health Band எனப்படும் உடல்நலப் பட்டைகள் நம்மைத் தொடர்ச்சியாகக் கண்காணித்து முதன்மையான தகவல்களை இணையத்துக்கு அனுப்பவல்லவை. இப்படிப் பெரிய, சிறிய, மிகச் சிறிய பொருட்களெல்லாம் இணையத்துடன் இணைகின்ற வசதி வந்துவிட்டதால், இன்றைய உலகம் *IoT* எனப்படும் Internet of Things (பொருட்களின் இணையம்) தொழில்நுட்பத்தைப் பலவிதங்களில் பயன்படுத்தத் தொடங்கிவிட்டது.

இதனால், இப்போதெல்லாம் பொருட்கள் தயாரிக்கப்படும்போதே இவற்றை இணையத்துடன் இணைத்தால் எப்படி இருக்கும், அதன் மூலம் என்னவெல்லாம் செய்யலாம் என்று வல்லுநர்கள் சிந்திக்கிறார்கள். இதனால், IoT நம் வாழ்க்கை முறையைப் பெரிய அளவில் தீர்மானிக்கப்போகிறது.

எடுத்துக்காட்டாக, ஓர் அரிசிப் பாத்திரம் இருக்கிறது என்று வைத்துக்கொள்வோம். இன்றைக்கு அது அரிசியைப் பாதுகாப்பாக வைப்பதற்குமட்டும்தான் பயன்படும். ஆனால், அதில் சில உணரிகளை (Sensors) வைத்து அவற்றை இணையத்துடன் இணைக்க இயலுமானால், அதன் பயன்பாடு மேலும் கூடலாம்:

★ அரிசியின் அளவு குறையும்போது அதை நமக்குத் தெரிவித்து, 'உடனடியா அரிசி வாங்குங்க' என்று நினைவூட்டலாம், அல்லது, தானே மளிகைக் கடையைத் தொடர்புகொண்டு அரிசி வாங்கிவிடலாம்

★ ஒருவேளை அரிசி கெட்டுப்போய்விட்டது, அல்லது, அதில் வண்டு வந்துவிட்டது என்றால், அதைச் சுட்டிக்காட்டி உதவலாம்

★ புதிய அரிசியைப் பாத்திரத்தில் கொட்டும்போது அதில் கலப்படம் இருப்பதைக் கண்டுபிடிக்கலாம்

★ யாராவது அவசரத்தில் அரிசிப் பாத்திரத்தைச் சரியாக மூடாமல் விட்டுவிட்டால் சத்தம் போட்டு ஊரைக் கூட்டலாம்

இப்படி வீடுகள், அலுவலகங்கள், தொழிற்சாலைகள், பொது இடங்கள் என்று நாம் பயன்படுத்துகிற அன்றாடப் பொருட்கள் அனைத்துக்கும் IoT புதிய பயன்பாடுகளை உண்டாக்கி அவற்றின் மதிப்பைக் கூட்டிவிடுகிறது. இன்றைக்கு எலக்ட்ரானிக் சில்லுகளின் விலை குறைந்துவிட்டதாலும், எல்லா இடங்களிலும் கம்பியில்லா இணையம் குறைந்த செலவில் கிடைப்பதாலும் நிறுவனங்களிடையிலும் மக்களிடையிலும் இதற்கு நல்ல வரவேற்பு இருக்கிறது.

IoT கருவிகளின் இன்னொரு நன்மை, இவற்றால் குறைந்த நேரத்தில் ஏராளமான தரவுகளைத் திரட்டமுடியும். இந்தத் தரவுகளை ஆராய்வதன்மூலம் நாம் புதிய வெளிச்சங்களைப் பெறலாம், இன்னும் நல்ல வாழ்க்கைமுறைகளை வளர்த்துக்கொள்ளலாம்.

அதே நேரம், இந்தக் கருவிகள் அனைத்தையும் இயக்குவதற்குத் தேவையான மின்சாரம், மின்கலன்களுக்கு (பேட்டரி) வழிசெய்தல், இவை தூக்கி எறியப்படும்போது உண்டாகும் மின் குப்பை, இவற்றின்மூலம் திரட்டப்படும் தகவல்கள் சரியாகப் பயன்படுத்தப்படுதல் என்று இதில் பல சவால்களும் இருக்கின்றன. சரியான கட்டுப்பாடுகள், வழிநடத்தல்களின்மூலம் IoTஐப் பயன்படுத்திக்கொண்டால் அது நமக்கு நல்ல தோழராக இருக்கும்.

★★★

10. ட்ரோன்கள் (Drones)

மிக உயரமான அலுவலகக் கட்டடங்களின் வெளிப்பகுதிகள் பெரும்பாலும் கண்ணாடிகளால் அலங்கரிக்கப்பட்டிருப்பதைக் காணலாம். இதன்மூலம் அந்தக் கட்டடங்களின் தோற்றம் அழகாவது உண்மைதான். ஆனால், அந்தக் கண்ணாடிகளைத் தூய்மைப்படுத்துவது எத்தனை பெரிய வேலை என்று எப்போதாவது சிந்தித்திருக்கிறீர்களா?

உயர்ந்த கட்டடங்களின் கண்ணாடிகளைத் தேய்த்துக் கழுவித் தூய்மைப்படுத்துவதற்கென்று சிறப்புப் பயிற்சி பெற்ற தொழிலாளர்கள் இருக்கிறார்கள். இவர்கள் கட்டடத்தின் உச்சியில் கட்டித் தொங்கவிடப்பட்ட கயிறுகளில் தொங்கியபடி மிகுந்த திறமையுடனும் துணிச்சலுடனும் தூய்மைப் பணியில் ஈடுபடுவார்கள். அதைக் கீழிருந்து பார்க்கும்போது, ஒருவேளை அவர்களுடைய உயிருக்கு ஏதேனும் ஆபத்து வந்துவிடுமோ என்று நம் மனம் பதறும்.

வருங்காலத்தில், தொழிலாளர்கள் இப்படி உயிரைப் பணயம் வைத்துக் கண்ணாடிகளைத் தூய்மைப்படுத்தவேண்டியிருக்காது. ஒரு பொத்தானை அழுத்தினால் சில சிறப்புக் கருவிகள் சர்ரென்று பறந்து சென்று ஒவ்வொரு கண்ணாடியாகத் தூய்மைப்படுத்திவிட்டு வந்துவிடும்.

Unmanned Aerial Vehicles *(ஆளில்லா வான் வண்டிகள்)* எனப்படும் இந்தக் கருவிகளை டுரோன்கள் (Drones) என்று செல்லமாகவும் அழைக்கிறார்கள். தொடக்கத்தில் ராணுவப் பயன்பாட்டுக்கென உருவாக்கப்பட்ட டுரோன்கள் இப்போது பொதுமக்களுடைய, நிறுவனங்களுடைய பயன்பாட்டுக்கும் வந்துவிட்டன, புகைப்படம், வீடியோ எடுத்தல், கண்காணித்தல், பொருட்களை ஓரிடத்திலிருந்து இன்னோரிடத்துக்குக் கொண்டுசெல்லுதல், வயல்களுக்கு உரம் போடுதல், மனிதர்கள் எளிதில் செல்ல இயலாத இடங்களுக்குச் சென்று பராமரிப்புப் பணிகளில் ஈடுபடுதல் என்று பல்வேறு வகைகளில் பயன்படுகின்றன.

கொஞ்சம் எளிமையாக விளக்கவேண்டும் என்றால், டுரோன்களைச் சிறு விமானங்கள் எனலாம். ஆனால், இவற்றின் எடை குறைவு என்பதாலும், படுக்கையில் படுத்தபடி ரிமோட் கன்ட்ரோல்மூலம் தொலைக்காட்சியில் சானல் மாற்றுவதுபோல் தரையில் இருந்தபடி இவற்றை நாம் விரும்பிய இடத்துக்குப் பறக்கச்செய்யலாம் என்பதாலும், பயன்பாட்டளவில் இவை விமானத்திலிருந்து முற்றிலும் வேறுபட்டிருக்கின்றன.

ஒரு டுரோனில் உள்ள மோட்டார், செலுத்தும் அமைப்பு (Propeller), கட்டுப்பாட்டு, தகவல் தொடர்பு அமைப்புகள், மின்கலன்கள் (பேட்டரிகள்), அது தூக்கிச் செல்லும் பொருட்கள் ஆகியவற்றின் எடையைப் பொறுத்து அந்த டுரோன் இயங்கக்கூடிய தொலைவும் உயரமும் வேறுபடும். பொதுமக்கள் பயன்பாட்டுக்கான டுரோன்கள் ஒரு சிறிய வட்டத்துக்குள்மட்டும்தான் பயணம் செய்யும். ஆனால், தொழில்முறைப் பயன்பாட்டுக்கான டுரோன்கள் நெடுந்தொலைவு செல்லக்கூடியவை.

பார்ப்பதற்குச் சிறியவையாக இருப்பினும், டுரோன்கள் நமக்கு மிகுந்த நேரத்தை, உழைப்பைச் சேமிக்கக்கூடியவை. எடுத்துக்காட்டாக, ஒருவர் பள்ளத்தாக்கில் விழுந்துவிட்டார் என்றால், அவர் எங்கு விழுந்திருக்கிறார் என்று கண்டுபிடிப்பதற்குப் பல ஆட்கள் மணிக்கணக்கில் தேடல் பணியில் ஈடுபடவேண்டியிருக்கும். ஆனால், அதே வேலையை ஒரு டுரோன்மூலம் செய்யும்போது சில நிமிடங்களுக்குள் அப்பகுதியை அலசி, ஆராய்ந்து, அவர் எங்கு இருக்கிறார் என்று துல்லியமாகத் தெரிந்துகொண்டு மீட்பு நடவடிக்கைகளைத் தொடங்கலாம், விரைவில் மருத்துவ உதவியை

வழங்கி அவரைக் காப்பாற்றலாம்.

இன்னொரு சுவையான செய்தி, டுரோன்களை யார் வேண்டுமானாலும் உருவாக்கலாம். Drone Kits என்ற பெயரில் டுரோன் உருவாக்கத்துக்குத் தேவையான பகுதிகளையெல்லாம் மொத்தமாக விற்கிறார்கள். ஆர்வமுள்ளவர்கள் அவற்றை வாங்கி, செய்முறையைப் படித்துப் புரிந்துகொண்டு டுரோன்களை உருவாக்கிப் பறக்கவிட்டு மகிழலாம்.

பொழுதுபோக்குக்கென டுரோன்களை உருவாக்குவது ஒருபுறமிருக்க, உண்மையான உலகத் தேவைகளை நிறைவேற்றும் நோக்கத்துடன் டுரோன்களைத் தனித்துவமாக வடிவமைக்கிறவர்களும் இருக்கிறார்கள். அதனால், டுரோன்களை உருவாக்குவது, பறக்கவிடுவது ஆகியவை வருங்காலத்தில் மிகவும் நாடப்படுகிற பணிகளாக இருக்கும்.

ஆனால், இப்படி எல்லாரும் டுரோன் செய்யத் தொடங்கிவிட்டால் பாதுகாப்புப் பிரச்சனைகள் வராதா? மக்களுடைய தனியுரிமை பாதிக்கப்படாதா?

ஆம். அதனால்தான் ஒவ்வொரு நாடும் தனக்கென்று ஒரு டுரோன் கொள்கையை, விதிமுறைகளைப் பதிப்பித்துள்ளது. அதற்கு உட்பட்டுத்தான் டுரோன்கள் இயக்கப்படவேண்டும். குறிப்பாக, No Drone Zone எனப்படும் பகுதிகளில் எந்த டுரோனையும் பறக்கவிடக்கூடாது.

★★★

11. தொழில் வளர்ச்சிக்கு உதவும் சமூக ஊடகங்கள்

பத்தாண்டுகளுக்குமுன்னால் நீங்கள் ஒரு பொருள் வாங்கவேண்டுமென்றால் என்ன செய்வீர்கள்? யாரிடம் அதைப்பற்றிப் பேசித் தீர்மானிப்பீர்கள்?

பெரும்பாலானோர் அக்கம்பக்கத்தில் உள்ளவர்கள், நண்பர்களிடம் அதைப்பற்றிப் பேசுவார்கள், கடைக்குச் சென்று கடைக்காரரிடமும் பேசுவார்கள், பின்னர் தங்களுக்குப் பிடித்த ஒன்றைத் தேர்ந்தெடுத்து வாங்குவார்கள்.

ஆனால், சமூக ஊடகங்கள் புகழ்பெறத் தொடங்கியபிறகு, இந்தப் பழக்கம் முற்றிலும் மாறிப்போயிருக்கிறது. மக்கள் இணையத்துக்குச் சென்று அந்தப் பொருட்களைப்பற்றி யார் என்ன பேசுகிறார்கள் என்றுதான் முதலில் பார்க்கிறார்கள். அதுவும் ஒரு நிமிடம், இரண்டு நிமிடம் இல்லை, வாங்குகின்ற பொருளின் மதிப்பைப் பொறுத்துப் பல மணி நேரம் இணையத்தில் செலவிட்டு, பொதுமக்களுடைய கருத்துகளை, விமர்சனங்களை நுணுக்கமாக அலசி, ஆராய்ந்து, அதன்பிறகு தீர்மானிக்கிறவர்கள் உண்டு.

அதனால், முன்பெல்லாம் விளம்பரம் என்றால் செய்தித்தாள், வானொலி, தொலைக்காட்சி, அச்சு இதழ்கள் என்று சிந்தித்துக் கொண்டிருந்த நிறுவனங்கள் இப்போது சமூக ஊடகங்களில்

தங்களுடைய பொருட்கள், சேவைகளைப்பற்றிய தகவல்கள் விரிவாக வரவேண்டும், குறிப்பாக, மக்கள் அதைப்பற்றிப் பேசும்படி செய்யவேண்டும் என்று முனைகின்றன.

இதில் சிறப்பு என்னவென்றால், பழைய ஊடகங்களைப் பெரிய, நடுத்தர நிறுவனங்கள்மட்டும்தான் பயன்படுத்திக்கொள்ள இயலும். ஆனால், சமூக ஊடகங்கள் எல்லாருக்கும் கிடைக்கின்றன. ஒரு நபர் நிறுவனங்கள், சிறுதொழில்கள்கூடக் குறைந்த செலவில் இவற்றைப் பயன்படுத்தித் தங்களுடைய பொருட்களைச் சரியானவர்களுடைய பார்வைக்குக் கொண்டுசெல்ல இயலும்.

எடுத்துக்காட்டாக, நீங்கள் ஒரு புதிய உணவுப்பொருளை வெளியிடுகிறீர்கள் என்றால், முந்தைய 30 நாட்களில் உணவுப் பொருட்கள் தொடர்பான பதிவுகள், படங்கள், வீடியோக்கள், விளம்பரங்களை ஆர்வமாகப் பார்த்த மக்களிடம்மட்டும் அதைப்பற்றிய தகவல்களைக் காண்பிக்கலாம். அல்லது, ஒரு குறிப்பிட்ட நகரத்தைச் சேர்ந்தவர்கள், இந்த வயதில் உள்ளவர்களுக்கு மட்டும்தான் இது சென்றுசேரவேண்டும் என்பதுபோல் விதிமுறைகளை எழுதலாம். இதன்மூலம் ஏதோ ஒரு திசையில் கல்லை வீசாமல், தொழில்நுட்பத்தின் உதவியுடன், நிறையப் பழங்கள் இருக்கக்கூடிய கிளையை நோக்கிக் கல்லெறியலாம்.

பழைய ஊடகங்களில் நடிகர்கள், விளையாட்டு வீரர்கள் போன்ற சிலர்தான் விளம்பரத் தூதுவர்களாகச் செயல்பட்டுவந்தார்கள். ஆனால் இப்போது, சில நூறு பேரைச் சென்றடையக்கூடிய எல்லாரும் விளம்பரத் தூதுவர்கள்தான். நிறுவனங்கள் தங்களுடைய குறிப்பிட்ட பொருட்கள் அல்லது சேவைகளைப் பெரும்பாலானோரிடம் கொண்டுசெல்லவல்ல நபர்களைத் தேடிப் பிடித்து அவர்களுடன் பணியாற்றுகிறார்கள்.

இத்துடன், மக்களையே விளம்பரத் தூதர்களாக ஆக்கும் வசதியையும் சமூக ஊடகங்கள் வழங்குகின்றன. எடுத்துக்காட்டாக, சாக்லெட் தயாரிப்பு நிறுவனம் ஒன்று தன்னுடைய சாக்லெட்டுடன் செல்ஃபி எடுத்துக் குறிப்பிட்ட Hashtag குறிச்சொல்லுடன் வெளியிடுவோருக்குப் போட்டி ஒன்றை அறிவிக்கிறது என்று வைத்துக்கொள்வோம். மக்கள் போட்டியில் பங்கேற்கும்

ஆர்வத்துடன் இதில் ஈடுபடும்போது, அந்த செல்ஃபிகள் மற்றவர்களுடைய சமூக ஊடகப் பக்கங்களுக்கும் பரவலாகச் சென்றுசேர்கின்றன, அந்தச் சாக்லெட்டுக்கு விளம்பரமாகின்றன.

விற்பனைக்குமட்டுமின்றி, வாடிக்கையாளர் சேவைக்கும் சமூக ஊடகம் மிகவும் பயன்படுகிறது. அரசாங்கம், கட்சித் தலைவர்களில் தொடங்கி நிறுவனங்கள், அமைப்புகள் என அனைத்துடனும் நேரடியாகப் பேசும் வசதியைச் சமூக ஊடகங்கள் தருகின்றன. நிறுவனங்கள் அந்தப் பதிவுகளைக் கவனித்து வேண்டிய நடவடிக்கைகளை எடுப்பதன்மூலம் சேவைத் தரத்தை மேம்படுத்தலாம்.

அடுத்து, புதிய பொருட்கள், சேவைகளை அறிமுகப்படுத்துவதற்குமுன் பெரும் எண்ணிக்கையிலான மக்களிடம் அதைப்பற்றிக் கருத்து கேட்பதற்குச் சமூக ஊடகங்கள் உதவும். எடுத்துக்காட்டாக, ஒரு பிஸ்கட் நிறுவனம் தன்னுடைய அடுத்த வெளியீட்டின் உறை வடிவங்களை ஃபேஸ்புக்கில் வெளியிட்டு அவற்றில் எந்த வடிவம் நன்றாக இருக்கிறது என்று மக்களுடைய கருத்துகளைக் கேட்கலாம். அல்லது, நீங்களே புதிய உறைகளை வடிவமையுங்கள் என்று போட்டி வைக்கலாம்.

சுருக்கமாகச் சொல்வதென்றால், எல்லா நிறுவனங்களும் சமூக ஊடகங்களில் இருக்கவேண்டும் என்பது இன்றைய கட்டாயமாகிவிட்டது. அதைப் புரிந்துகொண்டு சரியாகப் பயன்படுத்திக்கொள்வதும் சிறந்த தொழில் கருவியாக ஆக்கிக்கொள்வதும் அந்தந்த நிறுவனத்தின் திறமை.

★★★

12. கிரிப்டோகரன்சி

நீங்கள் கடையில் ஒரு பொருளை வாங்குகிறீர்கள், பையிலிருந்து பத்து ரூபாயை எடுத்துக் கொடுக்கிறீர்கள். கடைக்காரர் அதை வாங்கிக்கொண்டதும் உங்களுடைய பணப் பரிமாற்றம் நிறைவடைகிறது.

இந்தப் பரிமாற்றத்தின் அடிப்படை என்ன என்று சிந்தித்தால், நீங்கள் கொடுத்த அந்தத் தாளுக்கு இருக்கும் மதிப்புதான். அது வெறும் தாளாக இல்லாமல், ஓர் அரசாங்க அமைப்பால் ஒப்புதல் அளிக்கப்பட்ட, ஒரு குறிப்பிட்ட மதிப்பைக் கொண்ட தாளாக இருப்பதால்தான் கடைக்காரர் அதை ஏற்றுக்கொண்டார்.

உண்மையில், இந்தப் பரிமாற்றத்துக்குத் தாள்கூடத் தேவையில்லை. நீங்கள் கடன் அட்டை (கிரெடிட் கார்டு), பற்று அட்டை (டெபிட் கார்டு) அல்லது UPI, வங்கிப் பரிமாற்றம் போன்றவற்றைப் பயன்படுத்தி அதே பத்து ரூபாயைக் கடைக்காரருக்கு வழங்கலாம். அவர் தாளை நம்பியதுபோல், இந்தப் பரிமாற்றங்களையும் நம்புவார், ஏற்றுக்கொள்வார். ஏனெனில், இவை அனைத்தும் அதேபோன்ற குறிப்பிட்ட மைய அமைப்புகளால் ஏற்றுக்கொள்ளப்பட்டுள்ளன, உறுதிசெய்யப்பட்டுள்ளன.

பல ஆண்டுகளாக உலகெங்கும் நிதிப் பரிமாற்றம் இப்படித் தான் நடந்துவந்துள்ளது. சமீபத்தில்தான் அந்தக் கணக்கை

மாற்றிப்போடும்வகையில் கிரிப்டோகரன்சிகள் அறிமுகமாகியுள்ளன.

'கரன்சி' என்றால் நாணயம், அது நமக்குத் தெரியும். அதென்ன கிரிப்டோ?

நீங்களும் நானும் ஒரு ரகசியச் செய்தியைப் பரிமாறிக்கொள்கிறோம். அப்போது நமக்கு நடுவில் இன்னொருவர் இருக்கிறார். ஆனால், நாம் பேசும் செய்தி அவருக்குப் புரிவதில்லை. ஏனெனில், நாம் இருவரும் இப்படிச் சொன்னால் இப்படிப் பொருள் என்கிற ஒரு தனிப்பட்ட ஏற்பாட்டைச் செய்துகொண்டுள்ளோம். அது அந்த மூன்றாம் நபருக்குத் தெரியாததால் அவரால் நம் செய்தியைப் புரிந்துகொள்ளவோ தவறாகப் பயன்படுத்தவோ இயலாது.

இங்கு நீங்கள், நான், அந்த மூன்றாம் நபர் ஆகியவர்களுக்குப் பதில் மூன்று வெவ்வேறு கணினிகள் அல்லது மென்பொருள் அமைப்புகளை நினைத்துக்கொள்ளுங்கள். இப்படி இருவர் பரிமாறிக்கொள்ளும் டிஜிட்டல் செய்திகள் மூன்றாம் நபர்களுக்குப் புரியாதபடி மாற்றுவதுதான் Cryptology (குறியாக்கவியல்). அதன் சுருக்கம்தான் கிரிப்டோ. அதன் அடிப்படையில் அமையும் டிஜிட்டல் நாணயம்தான் கிரிப்டோகரன்சி.

அதாவது, கிரிப்டோகரன்சி என்பது கணினி அமைப்புகளுக்கிடையில் பரிமாறிக்கொள்ளப்படுகிற ஒரு டிஜிட்டல் அல்லது மெய்நிகர் (Virtual) நாணயம். அதை யாரும் அச்சடிப்பதோ கையில் எடுத்து இன்னொருவருக்குக் கொடுப்பதோ இல்லை. உங்களுடைய டிஜிட்டல் பணப்பையிலிருந்து அது என்னுடைய டிஜிட்டல் பணப்பைக்கு வந்துவிடும். அது எப்படி உங்கள் பணப்பைக்கு வந்தது, எப்படி அங்கிருந்து பயணம் செய்து என்னை நோக்கி வந்தது, எப்படி என்னுடைய பணப்பையில் சேமிக்கப்பட்டது, இதில் மூன்றாம் நபர் யாரும் தலையிடாதபடி எப்படி உறுதிசெய்யப்பட்டது ஆகிய அனைத்தும் குறியாக்கவியல் உத்திகளின் அடிப்படையில் கட்டுப்படுத்தப்படுகின்றன.

வழக்கமான நாணயம் அரசாங்கங்களால் வெளியிடப்படுகிறது, கட்டுப்படுத்தப்படுகிறது. ஆனால், கிரிப்டோகரன்சியைத் தனியார் நிறுவனங்கள் வெளியிடுகின்றன. இது பிளாக்செயின் (Blockchain) என்னும் தொழில்நுட்பத்தின் அடிப்படையில் மையமாக்கப்படாத

வலைப்பின்னல்களில் (Decentralized Networks) கட்டுப்படுத்தப் படுகிறது.

கிரிப்டோகரன்சி என்றதும் பெரும்பாலானோர் பிட்காயினைத்தான் (Bitcoin) நினைக்கிறார்கள். ஆனால், வேறு பல கிரிப்டோகரன்சிகளும் பரவலாகப் பயன்படுத்தப்படுகின்றன. இவற்றின் மதிப்பு விரைவாக ஏறி, இறங்குவதால் இதை ஒரு முதலீட்டு வாய்ப்பாகக் கருதிப் பலரும் இதில் வந்து விழுகிறார்கள். ஆனால், அந்த விரைவான ஏற்ற, இறக்கங்கள் தங்களுடைய முதலீட்டை முழுமையாக அழித்துவிடக்கூடும் என்கிற ஆபத்தை அவர்கள் உணர்வதில்லை.

இந்தியாவில் கிரிப்டோகரன்சி பயன்பாடோ முதலீடோ சட்டப்படி குற்றமில்லை. ஆனால், அதை முழுக்கப் புரிந்துகொள்ளாமல், சிந்திக்காமல் இறங்குவது, கையிலிருக்கும் மொத்தப் பணத்தையும், குறிப்பாக, உடனடியாக ஏதேனும் ஒரு தேவைக்கு எடுத்துவைத்திருக்கிற பணத்தையெல்லாம் அதில் போடுவது, கிரிப்டோகரன்சியில் பணம் சம்பாதித்துத் தருகிறேன் என்று சொல்கிறவர்களை நம்புவது போன்றவற்றைத் தவிர்ப்பது நல்லது.

★★★

13. தொழில்நுட்பக் கதவுகள்

சிறுவயதில் படித்த அலிபாபாவும் நாற்பது திருடர்களும் கதை உங்களுக்கு நினைவிருக்கும். அதில் வரும் திருடர்கள் தங்களுடைய செல்வங்களையெல்லாம் ஒரு குகையில் ஒளித்துவைத்திருப்பார்கள். அந்தக் குகையின் கதவுக்குப் பூட்டு, சாவி கிடையாது. ஒரு குறிப்பிட்ட சொற்றொடரைச் சொன்னதும் அது தானாகத் திறந்துகொள்ளும்.

ஆனால், இது அவ்வளவு சிறப்பான பாதுகாப்பு ஏற்பாடு இல்லை. அந்தத் திருடர்கள் சத்தமாகச் சொல்லும் சொற்றொடரை அலிபாபா கேட்டுவிடுவார், அதைப் பயன்படுத்திக் குகைக்குள் நுழைந்துவிடுவார்.

அதனால், நாம் நம்முடைய வீடுகள், கடைகள், அலுவலகங்களின் கதவுகளைப் பூட்டு, சாவி கொண்டு பாதுகாக்கிறோம். இதிலும் சிறு ஆபத்து உண்டு. யாராவது போலிச் சாவி தயாரித்துவிட்டால் வம்புதான்.

இந்தச் சிக்கலைத் தவிர்ப்பதற்குத் தொழில்நுட்பம் கை கொடுக்கிறது. அதாவது, 'பூட்டைத் திறப்பதற்குச் சாவி என்ற திறவுகோல் வேண்டாம், வேறு வழிகளில் உங்களை நிரூபித்து உள்ளே வாருங்கள்' என்கிறது.

எடுத்துக்காட்டாக, இன்றைக்குப் பல அலுவலகங்களில் Finger Print Scanner எனப்படும் கைரேகை ஸ்கேனர் உள்ளது. அந்த அலுவலகங்களில் வேலை செய்கிறவர்கள் இந்த ஸ்கேனரில் தங்களுடைய விரலை வைத்து அழுத்தினால் போதும். அது தன்னிடம் இருக்கும் தரவுத்தளத்தில் (database) அந்தக் கைரேகை இருக்கிறதா என்று தேடிப் பார்த்து உறுதிப்படுத்திக்கொண்டு கதவைத் திறக்கிறது. இல்லாவிட்டால், 'நீங்க யாருன்னு எனக்குத் தெரியாது. கதவைத் திறக்கமாட்டேன்' என்று மறுத்துவிடுகிறது.

இதில் இன்னொரு சிறப்பு, நுழைவாயில் கதவுமட்டுமின்றி அலுவலகத்துக்குள் இருக்கும் ஒவ்வோர் அறையையும் இதன்மூலம் கட்டுப்படுத்தலாம், உரிய நபர்களுக்கு உரிய இடங்களில் அனுமதி வழங்கலாம். எடுத்துக்காட்டாக, பொதுவான அறைகளுக்குள் எல்லாரும் நுழையலாம், ஆனால், ரகசிய ஆராய்ச்சிகள் நடைபெறும் அறைக்குள் சில குறிப்பிட்ட நபர்கள்மட்டும்தான் நுழையமுடியும்.

இங்கு கைரேகைக்குப் பதில் முகத்தையும் பயன்படுத்தலாம். உங்களுடைய செல்பேசியில் உள்ள Face Recognition தொழில்நுட்பம்தான் இங்கும் பயன்படுகிறது, முகத்தைப் பார்த்துத் தரவுத்தளத்தில் ஒப்பிட்டுக் கதவைத் திறக்கிறது, அல்லது, மறுக்கிறது.

இவற்றுடன், ஸ்மார்ட்கார்ட் எனப்படும் எலக்ட்ரானிக் அட்டையைக் கொண்டு திறக்கிற கதவுகள், PIN எனப்படும் தனிப்பட்ட அடையாள எண்ணை உள்ளிட்டால்மட்டும் திறக்கிற கதவுகள், ஒருவருடைய குரலை வைத்து அவரை அடையாளம் காணும் கதவுகள், விரல்களால் ஒரு குறிப்பிட்ட சைகையைச் செய்யும்போது திறக்கும் கதவுகள் என்று தொழில்நுட்பம் நாளுக்கு நாள் முன்னேறிக்கொண்டிருக்கிறது. இவற்றைத் தனித்தனியாகப் பயன்படுத்தலாம், அல்லது, கூடுதல் பாதுகாப்புக்கென சேர்த்துப் பயன்படுத்தலாம். இவை அனைத்தும் அந்த அலுவலகத்தின் விருப்பப்படி தீர்மானிக்கப்பட்டுக் கட்டமைக்கப்படுகின்றன.

ஒருவேளை, அந்த அலுவலகத்துக்கு யாராவது விருந்தினர்கள் வந்தால்? அவர்களுடைய கைரேகையோ முகமோ தரவுத்தளத்தில் இருக்காதே. அவர்கள் எப்படி உள்ளே நுழைவது?

இன்றைய நவீன கதவுகளுக்கு அருகிலிருக்கும் அணுகல் இயந்திரங்கள் (Access Devices) இதையும் நன்கு கையாள்கின்றன, வந்திருக்கும் நபருடைய முகத்தைப் படம் பிடித்து, உள்ளே இருக்கும் உரிய நபரிடம் அனுப்பி 'இவர் யாரு? உள்ளே அனுமதிக்கலாமா?' என்று கேட்கின்றன, அவர் அனுமதி கொடுத்தால்மட்டும் கதவைத் திறக்கின்றன.

தேவைப்பட்டால், அந்த நபர் அங்கிருந்தபடி விருந்தினருடன் பேசலாம், அவருடைய தேவையைப் புரிந்துகொண்டு கதவைத் திறக்கும்படி உத்தரவிடலாம், அல்லது, அப்படியே அவரைத் திருப்பி அனுப்பிவிடலாம்.

முன்பு அலுவலகங்களுக்குமட்டும் தேவைப்பட்ட இதுபோன்ற வசதிகள் இப்போது வீடுகளுக்கும் வந்துவிட்டன. குறிப்பாக, புறநகர்ப் பகுதிகளில் வசிப்போர், தனியாக வசிக்கும் முதியவர்கள் போன்றோருடைய பாதுகாப்புக்கு இவை முகவும் பயன்படுகின்றன.

இந்த வீட்டுப் பாதுகாப்புக் கருவிகளில் மிகக் கூடுதலாகப் பயன்படுகிற ஒரு வசதி, motion sensing. அதாவது, கதவுக்கு வெளியில் என்ன நடக்கிறது என்பதை ஆராய்தல், வீடியோப் பதிவு செய்தல். ஏதாவது சிக்கல் என்று தெரிந்தால் சட்டென்று நம்பகமான ஒரு நண்பரையோ காவல்துறையையோ அழைக்கிற வசதிகூட வந்துவிட்டது.

சுருக்கமாகச் சொல்வதென்றால், இன்றைய கதவுகள் வெறும் மரம், உலோகம், பிளாஸ்டிக்கால் செய்யப்படுவதில்லை, அவற்றுடன் தொழில்நுட்பத்தையும் சேர்த்துக்கொண்டு நம்முடைய பாதுகாப்பை இன்னும் மேம்படுத்தக் கற்றுக்கொண்டுவிட்டன.

★★★

14. எல்லாரும் சாஃப்ட்வேர் எழுதலாம் (Citizen Development)

என்னுடைய நண்பர் ஒருவர் சிறுதொழில் ஒன்றைத் தொடங்கி நடத்துகிறார். அவருக்கு வெளிநாட்டு வாடிக்கையாளர்கள் பலர் உள்ளார்கள். அவர்களுக்குத் தன்னுடைய நிறுவனத்தைப்பற்றித் தெரியப்படுத்துவதற்கும், புதிய வெளிநாட்டு வாடிக்கையாளர்களை ஈர்ப்பதற்கும் அவர் ஓர் இணையதளத்தைத் தொடங்கி நடத்த விரும்புகிறார்.

பத்து ஆண்டுகளுக்குமுன்னால் என்னுடைய நண்பருக்கு இப்படி ஓர் ஆசை வந்திருந்தால், அவர் இணையதள வடிவமைப்பு நிறுவனம் ஒன்றைத் தேடிச் சென்றிருப்பார். அவர்கள் இவருடைய தேவைகளைக் கேட்டுத் தெரிந்துகொண்டு அதன்படி ஓர் இணைய தளத்தை உருவாக்கித் தந்திருப்பார்கள். இவர் அதைப் பார்த்து வேண்டிய மாற்றங்களைச் சொல்லியிருப்பார். அதன்பிறகு, தளம் இணையத்தில் ஏற்றப்பட்டிருக்கும். இதற்கெல்லாம் சுமார் இரண்டு, மூன்று மாதங்கள் ஆகியிருக்கும்.

ஆனால் இப்போது, என்னுடைய நண்பர் ஒரு சனிக்கிழமை காலை தன்னுடைய இணையதளத்துக்கான வேலையைத் தொடங்கினார். அன்று மாலை அவருடைய தளம் இணையத்தில் ஏற்றப்பட்டுவிட்டது. அதாவது, சில மாதங்கள் வேலை சில மணிநேரங்களில் முடிந்துவிட்டது.

இத்தனைக்கும் என்னுடைய நண்பர் மென்பொருளாளர் இல்லை, அவருக்கு இணைய வடிவமைப்பு தெரியாது. சொல்லப்போனால், அவரிடம் ஒரு கணினிகூட இல்லை. ஆனாலும் அவர் தன்னுடைய இணையதளத்தைத் தானே உருவாக்கிவிட்டார். எப்படி?

இன்றைக்கு இதுபோன்ற சிக்கலில்லாத, எளிய இணையதளங்களை உருவாக்குவதற்குச் சிறப்பு வல்லுநர்கள் தேவையில்லை. யார் வேண்டுமானாலும் சில கிளிக்குகளில் இணையப் பக்கங்களை உருவாக்கலாம், படங்களை, எழுத்துகளை, வீடியோக்களை அங்கும் இங்கும் நகர்த்தி மாற்றி விளையாடலாம், ஒவ்வொரு பக்கத்தையும் தன்னுடைய விருப்பம்போல் மாற்றியமைத்து இணையத்தில் வெளியிட்டுவிடலாம். அதற்கான எளிமையான கருவிகள் இப்போது கிடைக்கின்றன.

இணையதளம்தான் என்றில்லை, முன்பு நிரல்கள் (Program/Code) மூலமாக எழுதப்பட்ட பல மென்பொருட்களை இப்போது யார் வேண்டுமானாலும் எளிதில் உருவாக்கலாம் என்கிற சூழல் வந்துவிட்டது. ஒரு மருத்துவரோ, நிதி அலுவலரோ, கடை நடத்துபவரோ, முடிதிருத்துபவரோ தன்னுடைய தொழிலுக்குத் தேவையான தேவைகளைக் குறிப்பிட்டு ஒரு வரிகூட நிரல் எழுதாமல் தனக்கான மென்பொருளை உண்டாக்கிவிடலாம். இதைப் பொதுமக்களின் நிரலெழுதுதல் *(Citizen Development)* என்று அழைக்கிறார்கள்.

அப்படியானால், இனிமேல் நிரலெழுதுவதற்கென்று தனியாக மென்பொருளாளர்கள் யாரும் தேவையில்லையா?

பொதுமக்கள் தங்களுக்கான மென்பொருட்களைத் தாங்களே உருவாக்கிக்கொள்ள உதவும் நிரலில்லா (No-Code) அல்லது குறைந்த அளவு நிரல் கொண்ட (Low-Code) கருவிகள் எளிய, அடிப்படையான மென்பொருட்களைத்தான் உருவாக்க உதவும். அதைவிடச் சிக்கலான மென்பொருட்களுக்கு அதை ஒரு துறையாக எடுத்துப் படித்துப் பயிற்சி பெற்ற மென்பொருளாளர்கள் தேவைப்படுவார்கள். இந்த இருவகை நிரலெழுதுதலுக்கும் நாளைய உலகில் தேவை இருக்கும்.

எடுத்துக்காட்டாக, ஒரு காஃபி, தேநீர் தயாரிப்பது, தோசை சுடுவது, இட்லி வேகவைப்பது போன்றவற்றை யார் வேண்டுமானாலும்

செய்யலாம். ஆனால், பொரியல், கூட்டு, இனிப்பு என்று முழு நீள உணவைச் சமைப்பதென்றால் அந்தக் கலையில் வல்லவர்கள் தேவைப்படுகிறார்கள். அதுபோல, எளிய மென்பொருட்களை அந்தந்தத் துறை சார்ந்தவர்கள் தாங்களே உருவாக்கிக்கொள்ளப் பழகிவிட்டால், மென்பொருள் பொறியாளர்களுக்கான வேலைப் பளு குறையும். அவர்கள் சிக்கலான மென்பொருட்களில் கூடுதல் கவனம் செலுத்தி அவற்றை இன்னும் நன்றாக உருவாக்குவார்கள்.

அதனால், பெரும்பாலான நிறுவனங்கள் தங்களிடம் வேலை செய்கிறவர்களை Citizen Developers ஆகும்படி ஊக்குவிக்கின்றன, அதற்கான கருவிகளை வாங்கிக் கொடுத்து, பயிற்சி தந்து ஆதரிக்கின்றன. அதன்மூலம் பல புதுமைப் படைப்புகள் உருவாகும், நம்முடைய செயல்திறனும் விரைவும் கூடும் என்பது இவர்களுடைய நம்பிக்கை.

★★★

15. விளிம்புக் கணிமை (Edge Computing)

ஒரு பெரிய நிறுவனத்தின் ஆண்டுவிழாவுக்குச் சென்றிருந்தேன். அந்த விழா ஓர் ஐந்து நட்சத்திர விடுதியில் நடைபெற்றது. அதில் கலந்துகொண்ட எல்லாருக்கும் ஒரு பெரிய சமையல் கலைஞருடைய கைவண்ணத்தில் சுவையான உணவு பரிமாறப்பட்டது.

ஆனால், அங்கு பரிமாறப்பட்ட அனைத்து உணவுகளும் அங்கு சமைக்கப்படவில்லை. பெரும்பாலான உணவுகளை அந்த விடுதியின் அதிநவீன, எல்லா வசதிகளையும் கொண்ட மையச் சமையலறையில் சமைத்துக் கொண்டுவந்திருந்தார்கள். தோசை, நான், ரொட்டி, ஜிலேபி போன்ற சில உணவுகளைமட்டும் அந்த இடத்திலேயே சமைத்துச் சுடச்சுடப் பரிமாறினார்கள்.

ஒருவேளை, ஏற்கெனவே சமைக்கப்பட்ட உணவுப்பொருட்கள் தீர்ந்துவிட்டால்?

அதைக் கவனிப்பதற்கென்று ஒருவர் அங்கு இருந்தார். அவர் எந்தெந்த உணவுகள் தீரப்போகின்றன என்பதைக் கவனித்து உடனுக்குடன் மையச் சமையலறைக்குத் தெரிவித்துக்கொண்டிருந்தார். அடுத்த சில நிமிடங்களில் பணியாளர்கள் அங்கிருந்து மேலும் உணவுகளைக் கொண்டுவந்து நிரப்பினார்கள்.

சில நாட்களுக்குப்பிறகு, நான் இன்னோர் அலுவலகத்துக்குச் சென்றிருந்தேன். அந்த அலுவலகத்தில் எனக்கு ஒரு சின்ன வேலை

இருந்தது. ஆனால், அந்த வேலையைச் செய்துமுடிப்பதற்கு நான்கு மணிநேரம் ஆகிவிட்டது. ஏனெனில், அந்த அலுவலகத்தைச் சேர்ந்த கணினித் தொழில்நுட்பக் கலைஞர்கள் மேற்சொன்ன நட்சத்திர விடுதியின் விருந்தோம்பல் பிரிவினரைப்போல் அறிவோடு செயல்படவில்லை.

இந்த இரண்டுக்கும் என்ன தொடர்பு என்று யோசிக்கிறீர்களா? விளக்கிச் சொல்கிறேன், கேளுங்கள்.

நான் சென்ற அலுவலகத்தில் ஒரு கணினி இருக்கிறது. அதில்தான் நான் குறிப்பிட்ட வேலையைச் செய்யவேண்டும். ஆனால், அந்தக் கணினி அந்த நிறுவனத்தின் மையக் கணினியுடன் இணையத்தின்மூலம் இணைக்கப்பட்டிருந்தது. நான் சென்ற நாளில் அந்த இணைப்பு முறிந்துவிட்டது. அதனால், அரை நிமிட வேலைக்கு நான் நான்கு மணிநேரம், அதாவது, இணைப்பு சரியாகும்வரை காத்திருக்கவேண்டியிருந்தது.

நீங்களும் இந்தச் சிக்கலைப் பல இடங்களில் எதிர்கொண்டிருப்பீர்கள், ‘சர்வர் டவுன்’, ‘சிஸ்டம் டவுன்’, ‘நெட்வொர்க் டவுன்’ என்று விதவிதமான சொற்களில் இது உங்களுக்கு விளக்கப்பட்டிருக்கும்.

அப்போதெல்லாம் நாம் அவர்களிடம் கேட்க நினைக்கிற கேள்வி, ‘மையக் கணினியுடனான இணைப்பு முறிஞ்சா என்ன? உங்க முன்னாடி ஒரு கணினி இருக்கே. அதை வெச்சு எங்க வேலையைச் செய்யமுடியாதா? அப்புறம் இணைப்பு சரியானதும் அந்தத் தகவலை மையக் கணினிக்குத் தெரிவிக்கமுடியாதா?’

‘அதெல்லாம் முடியாது சார், இணைப்பு இருந்தாத்தான் வேலை நடக்கும்.’

இந்தச் சிக்கலைத்தான் அந்த நட்சத்திர விடுதியினர் மிகச் சிறப்பாகக் கையாண்டிருந்தார்கள். அவர்களுடைய மையச் சமையலறையில் (அதாவது, மையக் கணினியில்) உள்ள உணவுகளை (தகவல்கள், மென்பொருட்களை) விருந்தினருக்கு அருகில் உள்ள மேசையில் (அலுவலகக் கணினியில்) இறக்கி வைத்துவிட்டார்கள். அதன்மூலம், நமக்கு வேண்டியது உடனடியாகக் கிடைக்கும், தேவையானபோதுமட்டும் மையக் கணினியை அணுகினால் போதும். எப்போதும் இணைப்பை எதிர்பார்த்துக் கொண்டிருக்கவேண்டியதில்லை.

என்னதான் இணையம் அதிவேகமாக வளர்ந்திருந்தாலும், எல்லாவற்றுக்கும் இணைப்பை எதிர்பார்ப்பது வாடிக்கையாளர்களுடைய அனுபவத்தைக் கெடுக்கக்கூடும். இதைத்தான் Edge Computing எனப்படும் விளிம்புக் கணக்கிடல் சரிசெய்கிறது. அதாவது, மையச் சேவையகம் மேகத்தில் (Cloud Server) இருக்கும். ஆனால், வாடிக்கையாளர் ஒவ்வொருமுறையும் அதை அணுகிக்கொண்டிருக்கவேண்டியதில்லை. சில சிக்கலான வேலைகளுக்குமட்டும் அவர் நேரடியாக மையச் சேவையகத்தைத் தொடர்புகொள்ளவேண்டும். மற்ற பெரும்பாலான வேலைகளை அவருக்கு அருகில் இருக்கும் விளிம்புச் சேவையகம் (Edge Server) செய்துவிடும். அதனால், வேலைகள் விரைவாக நடக்கும்.

அப்படியானால், இரண்டு வெவ்வேறு சேவையகங்களிலும் வெவ்வேறு தகவல்கள் இருந்து குழப்பத்தை உண்டாக்காதா?

இல்லை. மையச் சேவையகம்தான் முதன்மையானது. விளிம்புச் சேவையகத்தின் நோக்கம், வாடிக்கையாளருக்கு விரைவான சேவையைக் கொடுப்பதுமட்டும்தான். பின்னணியில் அது அவ்வப்போது மையச் சேவையகத்துடன் தொடர்புகொண்டு தன்னுடைய தகவல்களை ஒத்திசைத்துக்கொண்டுவிடும். இதன்மூலம் எந்தக் குழப்பமும் வராது.

எடுத்துக்காட்டாக, ஒரு வங்கி வாடிக்கையாளர் தன்னுடைய முகவரியை மாற்ற விரும்புகிறார் என்றால், வங்கிப் பணியாளர் விளிம்புச் சேவையகத்துடன் தொடர்புகொண்டு அதை விரைவில் செய்துவிடலாம். அதன்பிறகு, விளிம்புச் சேவையகம் மையச் சேவையகத்தைத் தொடர்புகொண்டு, 'இவருடைய முகவரி இப்படி மாறியிருக்கிறது' என்று தெரிவித்துவிடும். இதன்மூலம் வாடிக்கையாளரும் மகிழ்ச்சியடைவார், தகவல்களும் பிழையில்லாமல் இருக்கும்.

★★★

16. 5G வலைப்பின்னல்

இப்போதெல்லாம் எல்லாத் தொலைபேசி விளம்பரங்களிலும் ‘5G வசதி கொண்டது’ என்று அறிவிக்கிறார்கள். தொலைத்தொடர்புச் சேவை வழங்குநர்கள் தங்களுடைய 5G வலைப்பின்னல்தான் மிகச் சிறந்தது, மிக விரைவானது என்று போட்டி போடுகிறார்கள். அதென்ன 5G?

நாம் சில ஆண்டுகளுக்குமுன்புதான் 2G, 3G, 4G வலைப்பின்னல்களை ஒவ்வொன்றாகத் தாண்டிவந்தோம். அதனால் G என்பது Generation, அதாவது தலைமுறையைக் குறிக்கிறது என்பதும் 5G என்பது ஐந்தாம் தலைமுறைக்கான தொலைத்தொடர்பு வலைப்பின்னல் என்பதும் எல்லாருக்கும் தெரியும். ஆனால், 5G என்பது உண்மையில் என்ன என்பதுதான் யாருக்கும் எளிதில் தெரியாது. சொல்லப்போனால், 5G வசதி உள்ள தொலைபேசி வைத்திருக்கிறவர்கள், அதில் 5G சேவையைப் பயன்படுத்தத் தொடங்கிவிட்டவர்களால்கூட நான்காம் தலைமுறைக்கும் ஐந்தாம் தலைமுறைக்கும் என்ன வேறுபாடு என்பதைத் துல்லியமாக எடுத்துக்காட்ட இயலாது.

ஏனெனில், 5G தொழில்நுட்பத்தின் நோக்கங்கள், அடுத்த தலைமுறைக்கான கருவிகளை இன்னும் நன்றாக, இன்னும் விரைவாக, பிசிறில்லாமல் இணைத்தல், புதிய பயனர்

அனுபவங்களை வழங்குதல், புதிய அனுப்பல் மாதிரிகளுக்கு ஆற்றலளித்தல், புதிய சேவைகளை வழங்குதல். அதனால், நாம் ஏற்கெனவே செய்துகொண்டிருந்த மின்னஞ்சல், அரட்டை, வீடியோ அழைப்புகள், பதிவேற்றம், பதிவிறக்கம் ஆகியவற்றை இது முன்பைவிட நன்றாகச் செய்தாலும், இனி செய்யப்போகிற புதிய விஷயங்களில்தான் இதன் சிறப்பு வெளிப்படும். இந்தப் புதிய விஷயங்கள் முந்தைய தலைமுறை வலைப்பின்னல்களில் சாத்தியமாகியிருக்காது.

இதைப் புரிந்துகொள்வதற்குச் சாலைகளை எடுத்துக்காட்டாகக் கொள்ளலாம். ஒற்றையடிப் பாதைகளில் தொடங்கி மண் சாலை, தார்ச்சாலை என்று நாம் முன்னேறிவந்திருக்கிறோம். இன்றைய சாலைகள் மிகச் சிறப்பாகவும் உறுதியுடனும் பாதுகாப்பாகவும் அமைக்கப்பட்டிருப்பதால், அதில் பயணம் செய்கிற வண்டிகளின் தன்மையும் விரைவும் சிறப்பும் கூடுகிறதில்லையா? இவ்வளவு நல்ல சாலைகள் வராதவரை இவ்வளவு நல்ல வண்டிகள் அறிமுகமாவதற்கு வாய்ப்பு இல்லை. தொழில்நுட்பத்தில் அப்படி ஒரு புரட்சியைத்தான் 5G வலைப்பின்னல் கொண்டுவந்துகொண்டிருக்கிறது. இதனால் கிடைத்திருக்கும் உயர்விரைவு, மேம்பட்ட நம்பகத்தன்மை, குறைந்த தாமதத்தன்மை உள்ளிட்ட வசதிகளைப் பயன்படுத்திக்கொண்டு ஏராளமான பழைய, புதிய கருவிகள் முன்பைவிடச் சிறப்பாக ஒன்றோடொன்று பேசுகின்றன. முன்பைவிடச் சிறப்பான, நுட்பமான வழிகளில் தகவல்கள் பரிமாறப்படுகின்றன.

5G வலைப்பின்னலின் இன்னொரு சிறப்பு, இது மென்பொருள் அடிப்படையில் வரையறுக்கப்படுகிறது. இதனால், இந்தப் பகுதியில் இப்படிப்பட்ட வலைப்பின்னல்தான் கிடைக்கும், அதற்குமேல் கிடைக்கவேண்டுமென்றால் கூடுதல் கருவிகளை நிறுவவேண்டும் என்பதுபோன்ற கட்டுப்பாடுகள் இருக்காது. பயனர்கள், கருவிகளின் அடிப்படையில் புதிய வலைப்பின்னல் துண்டுகளை உருவாக்கிக்கொள்ளலாம், அதன்மூலம் சேவையளவைத் தேவைக்கேற்ப ஏற்றி இறக்கலாம்.

இதனால், நம்மைப்போன்ற தனிநபர்கள்மட்டுமின்றி, நிறுவனங்கள், தொழிற்சாலைகள், அரசாங்கங்கள், மருத்துவமனைகள், கல்லூரிகள் போன்றவையும் 5G வலைப்பின்னலைப் பயன்படுத்தித்

தங்களுடைய சேவைகளை மேம்படுத்தலாம். நாளைய மென்பொருள், வன்பொருள் தீர்வுகள் அனைத்தும் இந்த வலைப்பின்னலை அடித்தளமாகக் கொண்டுதான் சிந்திக்கப்படும், அது நம் வாழ்க்கையை நன்முறையில் மாற்றியமைக்கும் என எதிர்பார்க்கலாம்.

ஏற்கெனவே இந்தியாவில் பல இடங்களில் 5G வலைப்பின்னல்கள் கிடைக்கத் தொடங்கிவிட்டன. அந்த வசதி கொண்ட செல்ஃபோன் வைத்திருப்பவர்கள் இப்போதே அதைப் பயன்படுத்திப்பார்க்கலாம். 4Gயில் அதிகபட்சம் விநாடிக்கு 1GB என்று இருந்த விரைவு 5Gயில் 20GBயாக எகிறியிருப்பதால், அந்த மாறுபாட்டை நாம் உணரலாம். ஆனால், இது ஒரு சிறு தொடக்கம்தான். அதன் முழுமையான பலன்கள் இனி நமக்குக் கிடைக்கப்போகும் சேவைகளின்மூலம்தான் கிடைக்கும். அதாவது, 5Gயின் சிறப்பு விரைவைக் கூட்டுவதில் இல்லை, வாய்ப்புகளை விரிவாக்குவதில் இருக்கிறது.

5G சரி, 6G எப்போது?

அதற்கான வேலைகள் ஏற்கெனவே தொடங்கிவிட்டன. பல பெரிய நிறுவனங்களும் ஆராய்ச்சி அமைப்புகளும் ஆறாம் தலைமுறை வலைப்பின்னலுக்கான தரநிலைகளை ஆராய்ந்துகொண்டிருக்கிறார்கள். அது தொலைத்தொடர்பை இன்னும் பெரிய தளங்களுக்குக் கொண்டுசெல்வது உறுதி.

★★★

17. தனிப்பின்னல் (VPN)

ஒரு திரையரங்கத்துக்குச் செல்கிறீர்கள். அங்கு இலவச இணையம் கிடைக்கும் என்று அறிவித்திருக்கிறார்கள். சும்மா உட்கார்ந்திருக்கிற நேரத்தில் ஏதாவது படிக்கலாம் என்று உங்களுடைய மொபைல் தொலைபேசியைப் பயன்படுத்தி அவர்களுடைய இலவச இணையத்தில் இணைகிறீர்கள்.

அப்போது, உங்கள் மேலாளர் உங்களை அழைக்கிறார், 'எனக்கு அவசரமா ஒரு தகவல் தேவைப்படுது. உடனடியா மின்னஞ்சலைப் பாரு' என்கிறார்.

'சரி, உடனடியாப் பார்த்துப் பதில் அனுப்பறேன்' என்கிறீர்கள் நீங்கள், சட்டென்று உங்களுடைய தொலைபேசியில் இருக்கும் மின்னஞ்சல் சேவையைத் திறக்க முற்படுகிறீர்கள்.

கொஞ்சம் பொறுங்கள். இப்போது உங்கள் தொலைபேசி பொது இணையத்தில் இணைந்துள்ளது. அங்கிருந்தபடி நீங்கள் உங்களுடைய அலுவலக மின்னஞ்சலைப் படித்தாலோ பதில் அனுப்பினாலோ அதை வேறு சிலர் திருட்டுத்தனமாக நோட்டம் பார்க்கக்கூடும், அந்தத் தகவல்களைப் பயன்படுத்தி உங்களுக்கோ உங்களுடைய நிறுவனத்துக்கோ சிக்கலைக் கொண்டுவரக் கூடும்.

அது எப்படி? என்னுடைய தொலைபேசி நேரடியாக என்னுடைய நிறுவனத்தின் மின்னஞ்சல் சேவையகத்துடன்தானே தொடர்புகொள்கிறது? அதை எப்படிப் பிறர் பார்க்கமுடியும்?

எல்லாராலும் பார்க்கமுடியாது. ஆனால், இதுபோல் பொது இணையங்களில் தகவல் பரிமாற்றங்கள் எப்படி நடக்கின்றன என்பதை அறிந்த சிலரால் உங்களை எளிதில் நோட்டம் பார்க்கமுடியும். சொல்லப்போனால், இதற்காகவே பொது இணையங்களில் இணைந்துகொண்டு ஆவலுடன் காத்திருக்கிற திருடர்களெல்லாம் உண்டு.

இந்தச் சிக்கலைத் தீர்க்க ஒரே வழி, அந்தப் பொது இணையத்துக்குள் உங்களுக்கென்று ஒரு தனி இணையத்தை உருவாக்கிக்கொள்வதுதான். அதன்பிறகு, இந்தத் தனிப்பாதையின் வழியாகப் பரிமாறிக்கொள்ளப்படும் தகவல்களை யாராலும் பார்க்கமுடியாது, திருடமுடியாது. இதைச் சாத்தியமாக்கும் தொழில்நுட்பம், மெய்நிகர் தனி வலைப்பின்னல் (Virtual Private Network, சுருக்கமாக, VPN.)

நம்முடைய மடிக்கணினி அல்லது தொலைபேசியில் இந்த VPN மென்பொருளை நிறுவிக்கொண்டுவிட்டால், அது நம்முடைய கருவிக்கும் இணையத்தில் இருக்கும் தன்னுடைய சேவையகத்துக்கும் (VPN Server) ஒரு ரகசியத் தனிப்பாதையை உண்டாக்கிவிடும். அதன்பிறகு, நாம் அனுப்பும் தகவல்கள் இந்தத் தனிப்பாதையின் வழியாகத்தான் அனுப்பப்படும். VPN சேவையகம் அவற்றைப் பெற்று வேண்டிய இடத்துக்கு அனுப்பும்.

எடுத்துக்காட்டாக, நீங்கள் உங்களுடைய கடவுச்சொல்லை (பாஸ்வேர்ட்) உங்கள் வங்கிக்கு அனுப்புகிறீர்கள் என்றால், அந்தக் கடவுச்சொல் முதலில் மறைகுறியாக்கப்படும் (Encrypted). அதாவது, யாரும் அதை நேரடியாகப் படிக்கமுடியாதபடி மாற்றப்படும். அதன்பிறகு, மறைகுறியாக்கப்பட்ட கடவுச்சொல் VPN உருவாக்கிய ரகசியப் பாதையின்வழியாக VPN சேவையகத்துக்குச் செல்லும், அங்கு அது படிக்கும்படி மாற்றப்பட்டு வங்கிக்குச் செல்லும். வங்கியிலிருந்து ஏதாவது பதில் வந்தால், அதுவும் இதேபோல் ரகசியமாக உங்கள் கருவிக்கு வந்துசேரும். இந்தப் பரிமாற்றத்தைச் சுற்றியிருக்கிற யாரும் பார்க்கமுடியாது. ஒருவேளை பார்த்தாலும், அவர்களுக்கு அது புரியாது, பயன்படாது.

இணையப் பரிமாற்றங்களின்போது தகவல்களைத் திருடும் முயற்சிகள் மிகுதியாகிவிட்ட இன்றைய சூழ்நிலையில், முதன்மையான தகவல்கள் எவற்றையும் VPN துணையின்றி அனுப்பவேண்டாம் என்று நிறுவனங்கள் சொல்கின்றன. அலுவல் பரிமாற்றங்களுக்குமட்டுமின்றி, பொதுவான இணையப் பயன்பாட்டுக்குக்கூட VPNஐப் பயன்படுத்தும் மக்கள் இருக்கிறார்கள்.

VPNன் இன்னொரு பயன்பாடு, நீங்கள் எங்கிருந்து வருகிறீர்கள் (அதாவது, நீங்கள் எந்த நாட்டிலிருந்து இணையத்தைப் பயன்படுத்துகிறீர்கள்) என்கிற தகவலை மறைப்பது. எடுத்துக்காட்டாக, இந்தியாவில் தடைசெய்யப்பட்டுள்ள ஓர் இணையத்தளத்தை நீங்கள் VPN துணையோடு பார்க்கலாம். ஏனெனில், நீங்கள் இந்தியாவிலிருந்து அந்தத் தளத்தைப் பார்க்க முனைகிறீர்கள் என்கிற உண்மையை VPN மறைத்துவிடும். இந்த வசதியைப் பயன்படுத்தி அரசாங்கத்துக்கு டிமிக்கி கொடுக்கிறவர்களெல்லாம் இருக்கிறார்கள்.

★★★

18. விண்வெளித் தொழில்நுட்பங்கள்

பள்ளிக் குழந்தைகள் சிலரை அழைத்து, 'நீ வளர்ந்து பெரியவனா(ளா)னதும் என்னவா வருவே?' என்று கேட்டால், அவர்களில் கால்வாசிப் பேராவது 'விண்வெளி வீரரா வருவேன்' என்று பதில்சொல்வார்கள். சிகரம் பெரிது என்றால் வானம் அதைவிடப் பெரிதில்லையா?

இப்படி உலகம்முழுக்கப் பல தலைமுறைகளாக ஏராளமான குழந்தைகள் இந்தக் கனவுடன் வளர்ந்ததால்தானோ என்னவோ, விண்வெளித் துறை ஒவ்வொரு தலைமுறையிலும் மிகப் பெரிதாக வளர்ந்துகொண்டிருக்கிறது. விண்வெளிக்குச் செல்லும் விருப்பத்துடன் இங்கு வருகிறவர்கள் ஒருபுறமிருக்க, இன்னொருபுறம் அதற்குத் தேவையான தொழில்நுட்பத்தை உருவாக்குவதற்கும் மேம்படுத்துவதற்கும் இன்னும் பலர் வருகிறார்கள். பூமியில் இருந்தபடி விண்வெளியை ஆராய்வது, விண்வெளிக்குக் கலங்களை, மனிதர்களை, பொருட்களைக் கொண்டுசெல்லக்கூடிய கருவிகளை உருவாக்குவது, அவற்றைச் செலுத்துவதற்கான, கண்காணிப்பதற்கான, அவற்றுடன் பேசுவதற்கான மென்பொருள்களை எழுதுவது, விண்வெளிக்குச் செல்லும் மனிதர்களுக்குத் தேவையான உடைகள், துணைக்கருவிகளைக் கண்டுபிடிப்பது, அங்கிருந்து திரட்டப்படும் தகவல்களை ஆராய்வதற்கான நிரல்களை உருவாக்குவது என்று இந்தத் துறை மேலும் விரிவடைந்துகொண்டிருக்கிறது.

முன்பு விண்வெளி ஆராய்ச்சி வெறும் அறிவியல் செயல்பாடாக இருந்தது. ஆனால் இப்போது, பொதுமக்களை விண்வெளிக்கு அழைத்துச்செல்லும் பயணங்களைப்பற்றிய பேச்சுகள் தீவிரமடைந்திருக்கின்றன. பூமிக்கு மாற்றாகச் செவ்வாய் போன்ற இன்னொரு கோளில் மனிதக் குடியிருப்புகளை உருவாக்கமுடியுமா என்கிற ஆராய்ச்சிகூட நடந்துகொண்டிருக்கிறது. ஆனால், இவையெல்லாம் சிந்தனையிலிருந்து செயல்பாட்டுக்கு வரவேண்டுமென்றால், விண்வெளிக்குச் சென்றுவருவதற்கான தளம் தரநிலைப்படவேண்டும், அந்தத் தொழில்நுட்பம் நம்பகத்தன்மையுடனும் எல்லாருக்கும் கிடைக்கிறவிதமாகவும் ஆகவேண்டும். அப்போதுதான் இன்னும் பலர் அந்தத் தளத்திலிருந்தபடி புதிய ஆய்வுகளை, கண்டுபிடிப்புகளை நடத்துவார்கள்.

எடுத்துக்காட்டாக, இன்றைக்கு நீங்கள் ஒரு பெரிய சிக்கலைத் தீர்ப்பதற்கான ஓர் இணையதளத்தைக் கற்பனை செய்யலாம், அதைப்பற்றிச் சிந்தித்து ஒவ்வொரு பக்கமாக அதை வடிவமைக்கலாம், சிறிய அளவில் முயன்றுபார்க்கலாம், மக்களுடைய கருத்துகளைக் கேட்டுக்கொண்டு அதற்கேற்ப அதை மேம்படுத்தலாம். இதற்கெல்லாம் காரணம், கணினி, இணைய இணைப்பு, சேவையகம், அவற்றுக்கிடையிலான பாதுகாப்பான தொடர்புகள், தகவல் பரிமாற்றத் தரநிலைகள் என அனைத்தும் கடந்த சில பத்தாண்டுகளில் கொஞ்சங்கொஞ்சமாக உருவாக்கப்பட்டுத் தரநிலைக்கு வந்துவிட்டன. அவை இனி எல்லாருக்கும் கிடைக்கும். அதன்மீது நாம் சிந்தித்தால் போதும்.

கிட்டத்தட்ட அப்படிப்பட்ட ஒரு முன்னேற்றத்தைத்தான் விண்வெளி ஆராய்ச்சி எதிர்நோக்கியிருக்கிறது. பக்கத்தில், தொலைவில் இருக்கும் துணைக்கோள்கள், கோள்களுக்கெல்லாம் எளிதில் சென்றுவரலாம் என்பதற்கான ஒரு தளம் அமைக்கப்பட்டு விட்டால், அங்கு என்னென்ன செய்யலாம் என்கிற கோணத்தில் வல்லுநர்கள் சிந்திப்பார்கள், பூமியில் கிடைக்காத, வாய்ப்பில்லாத தீர்வுகள் நமக்கு அங்கு கிடைக்கக்கூடும், மனித வாழ்க்கை மிகப் பெரிய அளவில் முன்னேறக்கூடும்.

இந்தத் துறையின் தொடர்முன்னேற்றத்துக்கு முதன்மையான காரணம், இதில் தனியார் நிறுவனங்கள் காட்டத் தொடங்கியிருக்கும்

ஆர்வம்தான். முன்பு அரசாங்கம்தான் இதைச் செய்யவேண்டும் என்றிருந்த சூழ்நிலை மாறி, ஆர்வமும் திறமையும் முதலீடு செய்யப் பணமும் உள்ள பெருநிறுவனங்கள் இங்கு வரலாம் என்கிற சூழ்நிலை ஏற்பட்டிருப்பதால், ஈலான் மஸ்க், ஜெஃப் பேஜோஸ் உள்ளிட்ட பெரிய பணக்காரர்கள், தொழில்நுட்பப் புள்ளிகள் பலரும் இதில் ஆர்வம் காட்டத் தொடங்கியிருக்கிறார்கள், பல புதுமைகளைச் செய்துகொண்டிருக்கிறார்கள். இவர்களுக்கு வணிக நோக்கமும் இருக்கிறது, சமூகத்துக்குப் பங்காற்றும் விருப்பமும் இருக்கிறது, உலகை மாற்றியவர் என்று வரலாற்றில் இடம்பெறுகிற ஆசையும் இருக்கிறது. இந்தக் கலவையும் இவர்களுக்கிடையிலான போட்டியும் விண்வெளித் துறையை இன்னும் புதிய உயரங்களுக்கு அழைத்துச்செல்லும்.

புதிதாகத் தொழில் தொடங்குகிறவர்கள் அதற்கான 'இடத்தை'ப்பற்றிச் சிந்திக்கவேண்டும் என்பார்கள். அதாவது, தொழிற்சாலை அமைப்பதென்றால் எந்த ஊரில் அமைக்கவேண்டும், அந்த ஊருக்குப் பக்கத்தில் துறைமுகம், ரயில் நிலையம் போன்ற வசதிகள் உண்டா, சாலை இணைப்பு உண்டா என்றெல்லாம் ஆராயச்சொல்வார்கள். விண்வெளித் துறையில் ஏற்பட்டுவரும் முன்னேற்றங்களைப் பார்த்தால், விரைவில் மதுரை, தில்லி, வாஷிங்டன்போல நாம் மற்ற கோள்களையும் தொழிலுக்கான, ஆராய்ச்சிக்கான இடங்களாகச் சிந்திக்கலாம்போல!

★★★

19. இணையம் எவ்வளவு ஆழமானது?
(Surface Web, Deep Web, Dark Web)

நாம் ஒரு குறிப்பிட்ட தகவலைத் தெரிந்துகொள்ள விரும்புகிறோம், இணையத்துக்குச் சென்று நம்முடைய கேள்வியைத் தட்டித் தேடுகிறோம், அங்கு தோன்றும் பக்கங்களைப் படித்து, வேண்டிய தகவலைப் பெற்றுக்கொள்கிறோம். நம்மைப் பொறுத்தவரை இதுதான் 'இணையம்'.

ஆனால் உண்மையில், இது ஒரு மிகப் பெரிய பனிப்பாறையின் நுனிமட்டும்தான். படகில் அமர்ந்திருக்கிற நாம் அந்த நுனியைமட்டும் பார்த்து இணையத்தைப் புரிந்துகொண்டுவிட்டதாக நினைக்கிறோம். நீர்மூழ்கும் உடைகளை அணிந்துகொண்டு தண்ணீருக்குள் குதித்தால்தான் அந்தப் பாறை எவ்வளவு பெரியது, எவ்வளவு ஆழமாகச் செல்கிறது என்று நமக்குப் புரியும்.

அதாவது, நாம் எல்லாரும் பயன்படுத்துகிற, எளிதில் தேடிக் கண்டறியக்கூடிய இணையமும் அதில் உள்ள பக்கங்கள், தகவல்கள், கோப்புகள் அனைத்தும் Surface Web அல்லது Open Web என்று அழைக்கப்படுகிறது. ஆனால், இது வெறும் மேற்பரப்புதான். அதன் ஆழத்தில் இன்னும் நிறையப் பக்கங்கள் இருக்கின்றன. அவற்றை Deep Web என்கிறார்கள்.

எடுத்துக்காட்டாக, நீங்கள் ஒரு செய்தித்தாளின் பெயரைத் தட்டித் தேடுகிறீர்கள். அங்கு சென்று செய்திகளைப் படித்து மகிழ்கிறீர்கள். இது Surface Web.

அதே நேரத்தில், அந்தச் செய்தித்தாள் அலுவலகத்தில் நாளைய செய்திகளைத் தட்டச்சு செய்துகொண்டிருப்பார்கள், அதற்கான படங்களை, ஓவியங்களைச் சேர்த்து வடிவமைத்துக் கொண்டிருப்பார்கள். இதையெல்லாம் நீங்களோ நானோ பார்க்கமுடியாது. நாம் வலியச் சென்று தேடினாலும் இந்தப் பக்கங்கள் கிடைக்காது. அந்த அலுவலகத்தைச் சேர்ந்த சில பணியாளர்கள்மட்டும்தான் அதைப் பார்க்கமுடியும். இது Deep Web.

அடிப்படையில் Surface Web, Deep Web இரண்டும் ஒரே வடிவமைப்பைத்தான் கொண்டிருக்கின்றன. முதலாவதை எல்லாரும் பார்க்கலாம், இரண்டாவதைச் சிலர்தான் பார்க்கமுடியும் என்பதுதான் இவற்றை வேறுபடுத்துகிறது. எண்ணிக்கை அளவில் பார்த்தால் எல்லாரும் பார்க்கக்கூடிய இணையம் வெறும் 5%தான் என்கிறார்கள். அதோடு ஒப்பிடும்போது, தனிப்பட்ட பயன்பாடுகளுக்கான, சிலர்மட்டும் பார்க்கக்கூடிய இணையம் இன்னும் பலமடங்கு ஆழமாகச் செல்கிறது.

சிலர் Deep Webஐக் கெட்ட இணையதளங்கள் என்று நினைக்கிறார்கள். அது தவறு. அவையும் நல்ல இணையதளங்கள்தான். சொல்லப்போனால் உலகெங்கும் உள்ள தொழில் நிறுவனங்கள் அனைத்தும் Deep Webல் தங்களுடைய தகவல்கள், கோப்புகள், தரவுத்தளங்களைச் சேமித்துவைத்துள்ளன, அவர்களுடைய பணியாளர்கள் நிமிடத்துக்கு நிமிடம் அவற்றைப் பயன்படுத்திக்கொண்டிருக்கிறார்கள், கூடுதல் தரவுகளை உருவாக்கிக்கொண்டிருக்கிறார்கள். Surface Web தகவல்களை அள்ளித் தருகிறது என்றால், Deep Web இன்னும் ஆழமாக, இன்னும் விரிவாக, இன்னும் செயல்திறனுடன் உலகை இயக்குகிறது.

ஆனால், அந்த Deep Webக்குள் Dark Web என்று அழைக்கப்படுகிற ஓர் இருள் மூலை இருக்கிறது. அங்குள்ள பக்கங்களைப் பார்ப்பதற்குச் சிறப்பு இணைய உலாவி (Internet Browser) தேவைப்படும், அங்கு நுழைவதற்குப் பல தடைகள், பாதுகாப்பு ஏற்பாடுகளைத்

தாண்டவேண்டியிருக்கும். இங்குதான் பல கெட்ட வேலைகள் நடக்கின்றன.

ஏனெனில், Dark Webக்குள் நீங்கள் யார் என்பது யாருக்கும் தெரியாது. Anonymity எனப்படும் பெயரிலா நிலையைப் பயன்படுத்திக்கொண்டு யார் வேண்டுமானாலும் எதை வேண்டுமானாலும் செய்யலாம். எடுத்துக்காட்டாக, திரைப்படங்கள், புத்தகங்கள் போன்றவற்றின் திருட்டுப் பிரதிகளைப் பகிர்ந்துகொள்வது, அரசாங்கத்துக்குத் தெரியாமல் பணத்தைப் பரிமாறுவது, பொருட்களைக் கடத்துவது, தீய மென்பொருட்களைக் கணினியில் இறக்கி அவற்றைக் கட்டுப்படுத்துவது, தகவல்கள் அல்லது பணத்தைத் திருடுவது, இப்படி.

நல்லவேளையாக, நம்மில் பெரும்பாலானோர் எப்போதும் Dark Webக்குள் நுழையப்போவதில்லை. அங்கு நடப்பவற்றை எப்படிக் கட்டுப்படுத்துவது, நம்மைப் போன்ற பொதுமக்கள் அதன்மூலம் பாதிக்கப்படாதபடி எப்படித் தடுப்பது என்று உலகெங்குமுள்ள சட்ட வல்லுனர்கள், தொழில்நுட்பத் திறனாளர்கள், காவல்துறையினர் விவாதித்துக்கொண்டிருக்கி றார்கள், பலவற்றை முயன்றுகொண்டிருக்கிறார்கள். அதனால், இந்தச் சிக்கலை அவர்கள் கையில் விட்டுவிட்டு, நாம் Surface Webல் இருக்கிற ஏமாற்றுகள், தில்லுமுல்லுகளிலிருந்து நம்மைப் பாதுகாத்துக்கொள்வோம்!

★★★

20. முற்பகுதி, பிற்பகுதி, முழு அடுக்கு (Frontend, Backend, Fullstack)

ஓர் உணவகத்துக்குள் சில வாடிக்கையாளர்கள் வந்து அமர்கிறார்கள். இட்லி, தோசை, சப்பாத்தி, பிரியாணி என ஆளுக்கு ஓர் உணவுவகையைக் கேட்கிறார்கள். அங்கிருக்கும் ஒருவர் அதையெல்லாம் குறித்துக்கொண்டு உள்ளே செல்கிறார், சிறிது நேரத்தில், அவர்கள் கேட்ட உணவுகளைக் கொண்டுவந்து பரிமாறுகிறார்.

'பிரியாணி ரொம்ப ருசியா இருக்கு' என்கிறார் ஒரு வாடிக்கையாளர், 'இதை எப்படிச் செஞ்சீங்கன்னு கொஞ்சம் சொல்லமுடியுமா?'

பரிமாறியவர் சிரிக்கிறார், 'அதெல்லாம் எனக்கு எப்படி சார் தெரியும்?' என்கிறார்.

'அப்ப இந்தப் பிரியாணியை நீங்க சமைக்கலையா?'

'ம்ஹூம், இல்லை' என்கிறார் அவர், 'என் வேலை வர்றவங்களுக்கு என்ன வேணும்ன்னு தெரிஞ்சுகிட்டு அதைப் பரிமாறுறதுமட்டும்தான். சமைக்கிறதுக்குப் பின்னாடி வேற ஆளுங்க இருக்காங்க.'

அதாவது, உணவகத்தின் முன்பகுதியில், வருகிறவர்களை வரவேற்று, விருந்தோம்புவது ஒரு திறமை, அதே உணவகத்தின் பின்பகுதியில்

விதவிதமான உணவுப் பொருட்களைத் தரமாகவும் சுவையாகவும் சமைப்பது வேறு திறமை. அதனால், இந்த இரண்டையும் வெவ்வேறு ஆட்கள் செய்கிறார்கள்.

உணவகங்களில் நாம் காண்கிற இந்த ஏற்பாடு, தகவல் தொழில்நுட்ப நிறுவனங்களிலும் உண்டு. அதாவது, மென்பொருட்கள், இணையதளங்களின் முன்பகுதியை (திரை, அதில் உள்ள பொத்தான்கள், பெட்டிகள், படங்கள், எழுத்துகள் போன்றவை) எழுதுபவர் வேறு, அவற்றின் பின்பகுதியை (இணையத்துடன் பேசுதல், தரவுத்தளத்திலிருந்து தகவல்களை எடுத்தல், வெவ்வேறு இடங்களிலிருந்து சேர்த்த தகவல்களை ஒருங்கிணைத்தல், பாதுகாத்தல் போன்றவை) எழுதுபவர் வேறு. ஏனெனில், இந்த இரண்டு வேலைகளுக்கும் வெவ்வேறு திறமைகள் தேவைப்படுகின்றன.

வாடிக்கையாளர்கள் பார்க்கிற, தொட்டு, கிளிக் செய்து, தட்டச்சு செய்து, படித்துப் பயன்படுத்துகிற முற்பகுதியை வடிவமைக்கிறவர்களை முற்பகுதி உருவாக்குநர்கள் (Frontend Developers) என்றும், அவர்களுக்குத் தெரியாத, ஆனால், அவர்களுடைய மென்பொருள் அனுபவத்தை முழுமையாக்குகிற பிற்பகுதியை நிரலெழுதி உருவாக்குகிறவர்களைப் பிற்பகுதி உருவாக்குநர்கள் (Backend Developers) என்றும் அழைக்கிறார்கள். சில நேரங்களில் இவர்கள் இருவரும் ஒரே கருவி (Tool) அல்லது நிரல் மொழியைக்கூடப் (Programming Language) பயன்படுத்தலாம். ஆனால், இந்த இரு பணிகளின் தன்மை முற்றிலும் வேறு. அதனால், ஒவ்வொருவரும் தனக்குச் சிறப்பாக வருகிற ஒன்றில் ஆழமாகச் செல்வது வழக்கம்.

அதே நேரம், உணவகத்தில் முன்னால் உள்ளவரும் பின்னால் உள்ளவரும் கைகோத்துச் செயல்பட்டால்தான் வாடிக்கையாளருக்கு நல்ல உணவு கிடைக்கும். அதுபோல, இந்த இருவகை உருவாக்குநர்களும் சேர்ந்து இயங்குகிறார்கள், யார், எதைச் செய்யவேண்டும், ஒருவருக்கொருவர் எப்படி உரையாடிக்கொள்ளவேண்டும் என்கிற தெளிவுடன் செயல்படுகிறார்கள்.

அப்படியானால், முற்பகுதியை உருவாக்கும் திறமை கொண்ட ஒருவர் பிற்பகுதியை உருவாக்குவதுபற்றித் தெரிந்துகொள்ளக்கூடாதா?

பிற்பகுதி வல்லுனர் ஒருவர் முற்பகுதியை உருவாக்குவது தவறா?

இல்லை. சொல்லப்போனால், இந்த இரண்டையும் செய்யக்கூடிய திறமை கொண்டவர்களுக்கு மென்பொருள் துறையில் தனி மதிப்பு இருக்கிறது. அவர்களை Fullstack Developer என்கிறார்கள். அதாவது, ஒரு மென்பொருள் அல்லது இணையதளத்தின் முழு அடுக்கையும் அவர்களால் உருவாக்கமுடியும். இப்படிப்பட்டவர்கள் ஒரு குழுவில் இருந்தால், குறைந்த எண்ணிக்கையிலான நபர்களைக் கொண்டு வேலையை விரைவாக முடித்துவிடலாம்.

இந்தத் துறையில் புதிதாக நுழைகிற ஒருவர் Fullstack Developerஆகத்தான் முயலவேண்டுமா?

அப்படி எந்தக் கட்டாயமும் இல்லை. ஒரு பகுதியில் ஆழச் சென்று முன்னேறுகிறவர்களும் உள்ளார்கள், இரண்டையும் ஓரளவு கற்றுக்கொண்டு சிறந்து விளங்குபவர்களும் உள்ளார்கள். ஒவ்வொருவரும் தன்னுடைய தனிப்பட்ட ஆர்வம், கிடைக்கும் வாய்ப்புகள், நிறுவனத்தின் தேவைகள் போன்றவற்றைக் கருத்தில் கொண்டு இந்த இரண்டில் ஏதேனும் ஒரு வழியைத் தேர்ந்தெடுத்து வெற்றிபெறலாம்.

★★★

21. இணையம் என்னும் பல்கலைக்கழகம்

உங்களுடைய பள்ளி அல்லது கல்லூரி வகுப்பறையில் எத்தனை மாணவர்கள் இருந்தார்கள்?

ஐம்பது? நூறு? அதற்குமேல் மாணவர்கள் இருந்தால் ஆசிரியர்களால் அனைவருக்கும் முழுக் கவனத்தை வழங்கிப் பாடம் நடத்த இயலாது. அதனால், ஒரு வகுப்பறை என்பது இந்த அளவில்தான் இருக்கவேண்டும் என்கிற வரம்பு இருக்கிறது.

ஆனால், இதெல்லாம் பழைய கதை. இன்றைக்கு ஆயிரக்கணக்கானோர், லட்சக்கணக்கானோர் ஒரே வகுப்பில் அமர்ந்து படிக்கிற வகுப்பறைகள் வந்துவிட்டன, டிஜிட்டல் தொழில்நுட்பம் அதற்கு வழிசெய்துள்ளது. அதன்மூலம் உலகெங்கும் ஏராளமானோருக்குப் புதிய வாசல்கள் திறக்கப்பட்டுள்ளன.

எடுத்துக்காட்டாக, நீங்கள் சந்தைப்படுத்துதலைக் (மார்க்கெட்டிங்) கற்க விரும்புகிறீர்கள் என்று வைத்துக்கொள்வோம். முன்பு நீங்கள் இதற்கென்று ஒரு கல்லூரியில் பணம் கட்டிச் சேரவேண்டியிருக்கும். அப்படி ஒரு கல்லூரி உங்கள் ஊரில் இருக்கவேண்டும். அதில் சேரத் தேவையான வயது, கல்வித் தகுதி, குறைந்தபட்ச மதிப்பெண் போன்றவை உங்களிடம் இருக்கவேண்டும். இல்லாவிட்டால், உங்களால் விரும்பியதைப் படிக்கமுடியாது.

இன்றைக்கு, இந்தக் கட்டுப்பாடுகள் எவையும் இல்லாமல் உலகின் மிகச் சிறந்த சந்தைப்படுத்தல் வல்லுனர்களிடம் நீங்கள் நேரடியாகப்

படிக்கலாம், பல மணிநேர வகுப்புகளை உங்கள் கணினியில் அல்லது செல்ஃபோனில் கேட்கலாம், ஐயங்களைக் கேட்டுத் தெளிவுபெறலாம், கற்றுக்கொண்டதைச் செயல்படுத்திக் கூடுதல் பயிற்சி பெறலாம், தேர்வு எழுதி மதிப்பெண் வாங்கலாம். இவை அனைத்தும் அனைவருக்கும் இலவசம். இருந்த இடத்திலிருந்து எதையும் கற்றுக்கொள்கிற இந்த வசதியை MOOC (Massive Open Online Courses), அதாவது, மிகப் பெரிய, திறந்தநிலை இணையப் படிப்புகள் என்கிறார்கள்.

இந்த வகுப்புகள் பதிவு செய்யப்பட்ட வீடியோக்களாக, கட்டுரைகளாக, கேள்வி, பதில் அல்லது பயிற்சிகளாக வழங்கப்படுகின்றன. அத்துடன் Forum எனப்படும் உரையாடல் மன்றங்கள் இணைக்கப்பட்டிருப்பதால், மாணவர்கள், ஆசிரியர்கள் ஒருவரோடு ஒருவர் உரையாடிக்கொள்ளலாம், கற்றவற்றைப் பகிர்ந்துகொள்ளலாம், கேள்வி கேட்கலாம், கூடுதல் விளக்கங்களைப் பெறலாம்.

இணையவழிக் கல்வியின் மிகப் பெரிய நன்மை, மாணவர்கள் தாங்கள் விரும்பும் வேகத்தில் படிக்கலாம் என்பதுதான். எடுத்துக்காட்டாக, பேருந்தில் கல்லூரிக்கு அல்லது வேலைக்குச் செல்கிற ஒருவர் நாள்தோறும் காலையில் 15 நிமிடம், மாலையில் 15 நிமிடம் என்று சில வாரங்களில் ஒரு படிப்பை முடித்துவிடலாம். இன்னொருவர் ஒரே நாளில் பத்து மணி நேரம் உட்கார்ந்து அந்தப் படிப்பை முடிக்கலாம். இப்படி ஒவ்வொருவரின் வசதிக்கேற்ப இந்தப் படிப்புகள் நீள்கின்றன, சுருங்குகின்றன.

கணக்கு, அறிவியல், வரலாறு, தத்துவம் என்று தொடங்கி நவீனத் தொழில்நுட்பங்கள், மென்கலைகள் என்று அநேகமாக எல்லாவற்றையும் இலவசமாகக் கற்றுக்கொள்ளக்கூடிய சூழ்நிலையை இன்றைய இணையம் வழங்குகிறது. அதனால் கல்வித் தரம் குறைவாக இருக்குமோ என்கிற தயக்கம் வேண்டாம். பல்வேறு பல்கலைக்கழகங்கள், கல்வி நிறுவனங்கள், கல்வியாளர்கள் தங்களுடைய படிப்புகளையெல்லாம் சேவை மனப்பான்மையுடன் திறந்துவைத்திருக்கிறார்கள். ஆர்வமும் உழைப்பும் நேரமும் இருக்கிறவர்களுக்கு இவை தங்கச் சுரங்கம்தான்.

இன்னொருபக்கம், பணம் கொடுத்துப் படிக்கின்ற இணையப் படிப்புகளும் இருக்கின்றன. இவற்றைத் தனித்தனியாகத்

தேர்ந்தெடுத்து வாங்கிப் படிக்கலாம். அல்லது, ஒரு குறிப்பிட்ட சந்தாத் தொகையைச் செலுத்திவிட்டால் விருப்பம்போல் எதை வேண்டுமானாலும் படிக்கலாம்.

ஒவ்வொரு நாளும் இணையத்தில் நாம் எவ்வளவு நேரத்தை வீணடிக்கிறோம் என்று யோசியுங்கள். அதை இப்படிக் கல்வியின்பக்கம் திருப்பமுடியுமானால், வாழ்நாள் முழுக்க மாணவர்களாக இருக்கலாம், புதியவற்றைக் கற்றுக் கொள்ளலாம். தங்களுடைய திறமைகளைத் தொடர்ந்து கூர்தீட்டிக் கொள்கிறவர்களுக்கு உலகில் எப்போதும் புதிய வாய்ப்புகள் ஏராளமாகக் கிடைக்கின்றன.

★★★

22. பயனர் உருவாக்கும் உள்ளடக்கங்கள் (User Generated Content)

பத்தாண்டுகளுக்குமுன் யாரிடமாவது சென்று, 'நீங்க அதிகம் படிக்கிறது யாருடைய எழுத்தை?' என்று கேட்டால், கல்கி, சுஜாதா, பாலகுமாரன், ராஜேஷ்குமார், சுந்தர ராமசாமி, சிவசங்கரி என்று ஒவ்வொருவரும் வெவ்வேறு எழுத்தாளருடைய பெயரைச் சொல்வார்கள். ஆனால், இன்றைக்கு யாரிடமாவது அதே கேள்வியைக் கேட்டால், எந்த எழுத்தாளருடைய பெயரும் பதிலாக வராது, அவருடைய நண்பர் அல்லது உறவினர் ஒருவருடைய பெயர்தான் வரும், 'ஃபேஸ்புக்ல அவர் எழுதற பதிவுகளையெல்லாம் நான் விரும்பிப் படிக்கறேன்' என்பார்கள்.

அதேபோல், 'நீங்க யார் எடுத்த படங்களை அதிகம் பார்க்கறீங்க?' என்று கேட்டால் யாரும் ஒரு திரைப்பட இயக்குநர் பெயரைச் சொல்லமாட்டார்கள், பொதுமக்களில் ஒருவர் பெயரைத்தான் சொல்வார்கள், 'அவர் வெளியிடற படங்களெல்லாம் எனக்கு உசிரு' என்பார்கள்.

இத்தனைக்கும் அவர்கள் சொல்லும் 'படம்' என்பது ஒரு செல்ஃபோனில் இயல்பான பின்னணியில் இரைச்சல் ஒலியுடன் பதிவுசெய்யப்பட்டதாகத்தான் இருக்கும். ஆனாலும், அப்படிப்பட்ட காட்சித் துணுக்குகளைத்தான் மக்கள் விரும்பிப் பார்க்கிறார்கள். நன்கு திட்டமிடப்பட்டு, சிறப்பாக எழுதப்பட்டு, பெரிய அரங்கத்தில் விலையுயர்ந்த கருவிகளைக் கொண்டு துல்லியமாகப்

பதிவுசெய்யப்பட்ட காட்சிகள்தான் நல்ல பொழுதுபோக்கு என்ற எதிர்பார்ப்பு இன்றைக்கு இல்லை.

ஏனெனில், ஊடகங்களை நாம் எப்படி அணுகுகிறோம் என்கிற அடிப்படை இந்தப் பத்தாண்டுகளில் தலைகீழாக மாறிவிட்டது. முன்பு செய்தித்தாள்கள், வார, மாத இதழ்கள், வானொலி, தொலைக்காட்சி போன்றவற்றுக்கு இருந்த இடத்தை இப்போது சமூக ஊடகங்கள் எடுத்துக்கொண்டுவிட்டன. இது பயனர் உருவாக்கும் உள்ளடக்கங்களின் (User Generated Content) காலம்.

அதாவது, ஊடகம் என்றால் ஒரு சிலர் பதிப்பிப்பார்கள், பலர் அதைப் பயன்படுத்துவார்கள் என்கிற 1:M கணக்கு இப்போது இல்லை. யார் வேண்டுமானாலும் எழுதலாம், ஒலிப்பதிவு, ஒளிப்பதிவு செய்யலாம், சில க்ளிக்குகளில் செல்ஃபோனிலிருந்தே அதை இணையத்தில் ஏற்றிவிடலாம், அதன்மூலம் தனக்கென்று ஒரு படிப்போர் வட்டத்தை உண்டாக்கிக்கொள்ளலாம், அதன்மூலம் புகழை, பணத்தைச் சம்பாதிக்கலாம் என்கிற M:M கணக்குதான் இப்போது கோலோச்சுகிறது. அதாவது, எல்லாரும் படைப்பாளிகள், யார் உருவாக்குகிறார்கள் என்பதைவிட, அவர்கள் உருவாக்குவது எனக்குப் பிடித்திருக்கிறதா என்பதைத்தான் மக்கள் கவனிக்கிறார்கள்.

பழைய ஊடகங்களை விரும்புவோர் இந்த மாற்றத்தைக் கண்டு முகம் சுளிக்கலாம். ஆனால், இதன்மூலம் பன்முகத்தன்மை கொண்ட படைப்புகள் மக்களுக்குக் கிடைக்கத் தொடங்கியிருக்கின்றன என்பதும், பல திறமைசாலிகள் தடையின்றி முன்னுக்கு வருவதற்கான வழி திறந்திருக்கிறது என்பதையும் நாம் புரிந்துகொள்ளவேண்டும். அதில் சில குப்பைகள் இருக்கலாம். ஆனால், காலப்போக்கில் தரமான படைப்புகள்தான் நிலைத்திருக்கும், மற்றவை ஓரங்கட்டப்படும்.

பயனர் உருவாக்கும் உள்ளடக்கங்கள் பொழுதுபோக்குக்கானவை மட்டுமில்லை. இன்னும் பலவிதங்களிலும் அவை நமக்குப் பயன்படுகின்றன. எடுத்துக்காட்டாக:

★ பல்வேறு பொருட்களைப் பயன்படுத்திய உண்மையான வாடிக்கையாளர்கள் தங்களுடைய கருத்துகளைப் பகிர்ந்துகொள்ளும் பதிவுகள், வீடியோக்கள் நல்லவற்றை நம்பி வாங்குவதற்கான

மாற்றுப் பரிந்துரை ஊடகங்களாகச் செயல்படுகின்றன. நிறைய விளம்பரம் செய்தால் எந்தப் பொருளையும் விற்றுவிடலாம் என்கிற சூழ்நிலையை இவை மாற்றியுள்ளன

★ அவ்வளவாகப் புகழ் பெறாத சுற்றுலாத் தலங்கள், வரலாற்றில் இடம்பெற்ற பகுதிகளைப்பற்றி அங்கு சென்றுவருவோர், அல்லது உள்ளூர் மக்கள் வெளியிடும் பதிவுகள் மக்களை அங்கு வரவழைத்து உதவுகின்றன

★ வரைபடச் செயலிகளில் (Map Apps) வெவ்வேறு இடங்களுக்குச் செல்வதற்கான வழிகாட்டுதல்கள், புகைப்படங்கள், அவை திறந்திருக்கும் நேரங்கள் போன்ற தகவல்களை வெளியிட்டு உதவுபவர்கள் நம்மைப்போன்ற பொதுமக்கள்தான்

★ கடைகள், பொது இடங்கள் போன்றவற்றுக்கு ஐந்து நட்சத்திரம், நான்கு நட்சத்திரம் என மதிப்பெண் இட்டு, விரிவாக விமர்சனம் எழுதி உதவுவதும் இவர்கள்தான். மொத்தமாக ஆயிரம் பேருடைய விமர்சனங்களைத் தொகுத்துப் பார்த்தால் நமக்கு உண்மை நிலை புரிகிறது

இன்றைய ஊடகம் பொதுமக்களின் கையில் இருக்கிறது. அதனால், மற்ற பொதுமக்கள் இதைக் கூடுதலாக நம்புகிறார்கள். அதில் ஒழுங்கற்ற, உள்நோக்கம் கொண்ட, போலியான, தவறாக வழிநடத்துகிற படைப்புகளை வடிகட்டுவதற்கான ஏற்பாடுகள் வருங்காலத்தில் பெருகும், அதன்மூலம் இந்த ஊடகம் மேலும் பயனுள்ளதாக மாறும்.

(நிறைந்தது)

தெளிவான எழுத்தும் ஆழமான ஆய்வும் நிறைந்த நூல்களுக்காகத் தமிழ் வாசகர்களிடையில் நன்கு அறியப்பட்டுள்ள என்.சொக்கன் புனைவு, வாழ்க்கை வரலாறு, நிறுவன வரலாறு, தன்னம்பிக்கை, சிறுவர் இலக்கியம் உள்ளிட்ட துறைகளில் இதுவரை எழுபதுக்கும் மேற்பட்ட நூல்கள், நூற்றுக்கணக்கான கதைகள், கட்டுரைகளை எழுதியுள்ளார். விரிவான ஆய்வுகள், சான்றுகளின் அடிப்படையிலான ஆழமான வரலாற்று நூல்களைத் தமிழில் எழுத இயலும், அவற்றைப் பெரும்பான்மை வாசகர்களுக்குக் கொண்டுசேர்க்கவும் இயலும் என்பதைப் பலமுறை நிரூபித்த எழுத்து வகை இவருடையது.

தமிழ், ஆங்கிலம் ஆகிய இரு மொழிகளிலும் எழுதும் சொக்கனுடைய நூல்கள் ஹிந்தி, கன்னடம், மலையாளம் உள்ளிட்ட பல மொழிகளில் மொழிபெயர்ப்பாகியுள்ளன.